सोन्याचं कडं

व इतर गोष्टी

ज्ञानदा नाईक

हे पुस्तक **माझं** आहे.

मेहता पब्लिशिंग हाऊस

Please contact us at **Mehta Publishing House Pvt. Ltd., Pune.**
Email : production@mehtapublishinghouse.com
Website:**www.mehtapublishinghouse.com**

SONYACH KAD VA ITAR GOSHTI by **DNYANADA NAIK**
सोन्याचं कडं व इतर गोष्टी / कुमारसाहित्य

संस्थापक : सुनील मेहता
प्रकाशक : मेहता पब्लिशिंग हाऊस. प्रा लि.,
१९४१, सदाशिव पेठ, माडीवाले कॉलनी, पुणे ३०.
✆ ०२०-२४४७६९२४
E-mail : production@mehtapublishinghouse.com
Website : www.mehtapublishinghouse.com

मुद्रक : श्री मुद्रा, १८१, शुक्रवार पेठ, पुणे - ०२

प्रथमावृत्ती : सप्टेंबर, २०२२

मुखपृष्ठ व आतील चित्रे : देविदास पेशवे

किंमत : ₹१९५

P BOOK ISBN 9789395477031

आजीची आणि माझी जंमतगंमत

आजी माझी मैत्रीण आहे. ती मला रागवत नाही, ओरडत नाही. हे कर, ते करू नको, असे सांगत नाही. उलट आम्ही दोघी मिळून कितीतरी मज्जा-मज्जा करतो. बाबांचा वाढदिवस जवळ आला होता. बाबांना एक वेगळीच भेट देऊन चकित करायचे मी आणि आजीने ठरविले. दर सोमवारी आई हॉस्पिटलमधून उशिरा येते अन् दादाची बेसबॉलची प्रॅक्टिस असते. मी घरी एकटी असते म्हणून मला सोबत करायला आजी येते. ती गावात मंडईजवळ राहते, तेथून सात नंबर बसने येते. बस आली की, मी धावत गेटपाशी जाते. दादा मॅचसाठी मुंबईला गेला, तो दोन आठवड्यांनी यायचा होता. आमचा बेत नक्की झाला. आजीने 'एबीसीडी'ची चित्रे

असलेले पुस्तक आणले. अभ्यास सुरू झाला आमचा. हळूहळू काही दिवसांत आजी अख्खी इंग्रजी कविता वाचायला लागली. मी तिला बक्षीस म्हणून माझी आवडती गोष्टींची पुस्तके देऊन टाकली. आजीने माझा छानसा पापा घेतला. मग आम्ही दोघींनी व्हीसीडी लावून इंग्रजी पिक्चर पाहिला.

हां हां म्हणता बाबांचा वाढदिवस जवळ आला. शुक्रवारी बाबा बरोबर सकाळी घरी पोचले. नंतर तासाभरातच दादाही मुंबईहून आला, तेही मॅच जिंकून. रात्रभर प्रवास करून आलेले बाबा म्हणाले, "तासभर जरा झोप काढतो."

मी अन् दादा कामाला लागलो. मी चित्र काढले. दादाने ग्रीटिंग कार्ड तयार केले. पाकिटात घालून त्यांना दिसेल असे ते ठेवले. फुलांचा गुच्छ करून त्याच्याजवळ ठेवला. बाबांचा आवडता वाटाणेभात, बासुंदी-पुरी करण्यात आई गर्क होती. आजी यायची मी सारखी वाट पाहत होते. दारावरची घंटी वाजली. आजी पिशवी घेऊन

दारात उभी होती. ती जड पिशवी कोचामागे दडवून ठेव, असे आजीने सांगितले. जेवताना बाबा म्हणाले, ''आई, तुझे गुडघे कसे आहेत? तुझी बिलं, टॅक्स, पत्रं आता उद्या- परवापर्यंत वाचतो. वेळच झाला नाही मला.'' आजी आणि मी गालात हसलो. जेवणे झाली. दादाने बाबांना नमस्कार केला. छानशी चश्म्याची कातडी डबी भेट दिली. आईने स्वत: विणलेला स्वेटर दिला. मी म्हटले, ''आता माझी आणि आजीची खास भेट!'' पिशवीतले इंग्रजीचे पुस्तक काढून आजीने 'द मॅजिक लॅम्प' वाचायला सुरुवात केली आणि सगळे थक्क झाले. आई म्हणाली, ''अगंबाई, कधी शिकलात?''

बाबा म्हणाले, ''चमत्कारच झाला!'' आजीने मला जवळ घेतले.

''उमामुळे हा चमत्कार झाला. तुला किती दिवस माझा इंग्रजी पत्रव्यवहार वाचायचा त्रास द्यायचा? उमाला विचारले, 'मला शिकवशील

का?' ...आणि माझं सगळ्यात आवडतं पुस्तक पाहायचंय? हे पाहा.'' म्हणत आजीने मला मिठीत घेतले.

जिद्द असेल तर कुठल्याही वयात आपण नवी गोष्ट शिकू शकतो आणि आपल्याला त्यासाठी मदत करायलाही अनेक जण पुढे येतात.

संकल्प : आज मी मला अवघड वाटणारी एखादी गोष्ट शिकण्याचा संकल्प करेन.

इमानदार कुत्रा

फार फार वर्षांपूर्वी लांडगा आणि कुत्रा भावंडे होती. दोघे एका जंगलात राहायचे. एकत्र शिकार करायचे. संध्याकाळ झाली की, घरी परतायचे. जे मिळाले असेल ते वाटून खायचे.

एका रात्री दोघे हात हलवत घरी परतले. अगदी अंधार पडेपर्यंत हिंडूनही शिकार मिळाली नव्हती. दोघांना फार भूक लागली होती. त्यात भर म्हणजे कडाक्याची थंडी पडली होती. झाडाझुडपांतून थंडगार वारे वाहत होते. पोटात अन्न नसल्याने दोघांच्या अंगात जराही ऊब नव्हती.

कुत्रा म्हणाला, ''अरेरे, भुकेने तळमळायला लागावं हे वाईट, पण थंडी आणि भूक दोन्ही एकाच वेळी सोसणं फारच भयंकर आहे.''

लांडगा म्हणाला, ''काय करणार त्याला. इलाज नाही. गप्प पड आणि झोपून जा. सकाळ झाली की, आपण परत शिकारीला जाऊ आणि कदाचित आज निसटलेले चितळ उद्या आपल्या तावडीत सापडेल.''

कुत्र्याला झोप येईना. पोटात कावळे ओरडत होते. दात थंडीने वाजत होते. सताड उघडे डोळे ठेवून पडलेल्या कुत्र्याला दूर लाल उजेड दिसला.

"लांडगेदादा, तो समोर कसला रे उजेड आहे?" त्याने विचारले.

"ते खेडं आणि माणसांनी पेटवलेला जाळ तुला दिसतोय. झोप बरं आता." लांडग्याने दटावले. लांडग्याच्या अंगावरच्या दाट केसांमुळे त्याला कुत्र्याएवढी थंडी वाजत नव्हती.

"मला थोडा विस्तव आणून दे ना! जरा ऊब येईल. मला थंडी सहन होत नाही रे." कुत्रा कळवळला.

"तुला हवाय तर तुझा तू आण. मी मुळीच आणणार नाही.' कुत्रा माणसाला घाबरायचा. तो कुडकुडत पडून राहिला, पण ते शक्य होईना तसा उठून खेड्याच्या दिशेने निघाला.

"ए चोरा, माझ्या अंगणात काय करतो आहेस?" माणसाने दरडावले.

"मला मारू नका, मी थंडीने फार काकडतोय. थोडी ऊब हवीय. मी इथे गप्प पडेन. ऊब मिळाली की रानात निघून जाईन." कुत्रा गयावया करीत म्हणाला.

थरथरणाऱ्या कुत्र्याची दशा पाहून माणसाला वाईट वाटले. 'ठीक आहे' म्हणत त्याने भाला बाजूला ठेवला. 'गावात कुणाला त्रास न देता गुपचूप परत जायचं,' माणसाने दम दिला आणि तो झोपायला झोपडीत गेला. कुणीतरी टाकलेल्या खरकट्यात कुत्र्याला हाडे दिसली. भुकेचा डोंब पोटात उसळला होता. ऊब मिळाली. खायला मिळाले. कुत्रा फार तृप्त झाला. तेवढ्यात झोपडीतून आवाज आला, "काय रे, अजून गेला नाहीस परत?" माणूस बाहेर आला. कुत्र्याला स्वार्थी आणि उर्मट लांडगा आठवला. रानातली भयाण थंडी आठवली. स्पष्ट बोलावे असे ठरवून तो म्हणाला, "मला ऊब आलीय. पण परत जायला नको वाटतंय. मी इथे राहून तुम्हाला राखणीला, शिकारीला मदत करेन. माझ्या भावासारखे तुमच्या कोंबड्या, कोकरे

पळवणार नाही. तुमच्याशी इमानदारीने वागेन. तुमचे ऐकेन.'' तेव्हापासून कुत्रा माणसाबरोबर राहतो.

स्वार्थी उर्मट लोकांच्या संगतीपेक्षा भलेपणाने वागणाऱ्या व्यक्तींची संगत धरणे चांगले.

संकल्प : मला मदत करणाऱ्यांशी मी कायम कृतज्ञतेने वागेन.

रेल्वेचा धडधडाट

प्रसन्ना आपल्या आईबरोबर नव्या घरात राहायला आली होती. जुने घर, शेजारच्या मित्र-मैत्रिणी, ओळखीचा परिसर सारे सोडून नव्या ठिकाणी यायला ती तशी नाराजच होती. पण आई म्हणाली, या घराला पैसे कमी भरावे लागतात. म्हणून प्रसन्ना आईबरोबर सामानाची आवराआवर करून आली होती. येताना शेजारच्या कल्पू, मिनूला 'अच्छा' म्हणताना तिला फारच वाईट वाटले होते.

नवे घर तसे फारच छोटे होते. शेजारी कुणी मित्र-मैत्रिणीही नव्हत्या. घरासमोर मोठे वडाचे झाड होते. त्याखाली एक पेरूवाला सायकलला पेरूची टोपली लावून लाल पेरू विकत होता. प्रसन्नाने तिखट-मीठ लावलेले लाल पेरू आणले. सामान लावून आई दमली होती. तिला पेरूची फोड देत प्रसन्ना म्हणाली, "आपण जेवायला बाहेर जाऊ. कोपऱ्यावर एक उडुपी रेस्टॉरंट पाहिलं मी." ती बोलते न् बोलते तोपर्यंत धाडऽऽधाऽऽऽड धाऽऽऽड आवाज करीत अगदी पाठीमागून रेल्वे गेली. प्रसन्ना धावत

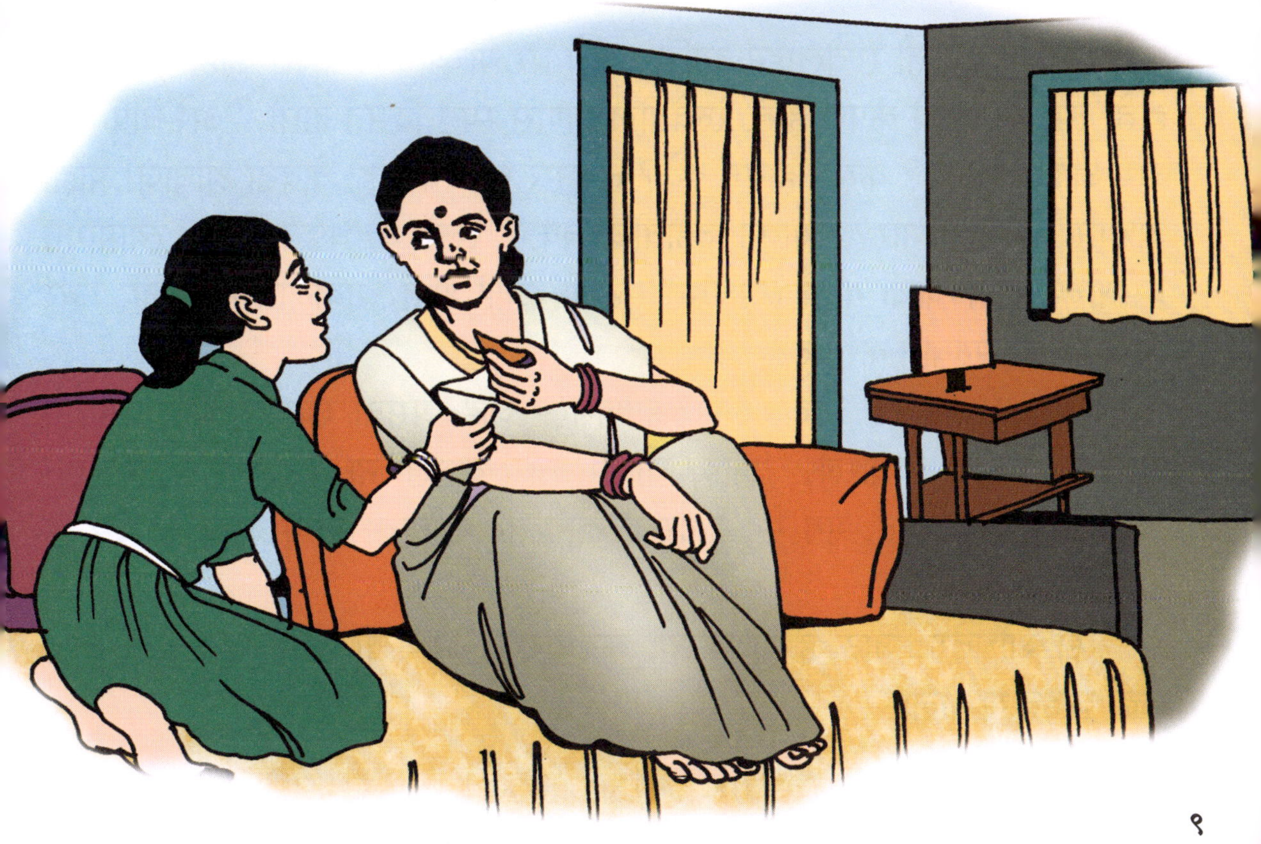

मागे गेली. पाहते तो रेल्वेलाइन आणि त्यांचे घर यांच्यामध्ये फक्त काही फूट अंतर होते. त्यांच्या घराचे कुंपण होते. रेल्वेतील माणसे स्पष्ट दिसत होती. "अरे बाप रेऽऽ अगं आई, हे काय? कसं राहायचं इथे? तू दुसरं घर बघ बाई! केवढा आवाज! माझा अभ्यास कसा होणार? त्यातून दहावीचं वर्ष." रेल्वे धडधडत गेली. त्यामागून प्रसन्नाच्या बोलण्याची गाडी धडधडत सुटली. आई शांत आवाजात म्हणाली, "बरं मी बघायला सुरुवात करेन दुसरं घर."

रोजचे जीवन सुरू झाले. आई ऑफिसला जाई. प्रसन्ना शाळेत जाई. प्रसन्नाने जेवताना आईला विचारले, "आई, चोवीस तास कुठली ना कुठली ट्रेन धडधडत जाते. घरसुद्धा हादरतं. मग मेंदू हादरला नाही तर नवलच! कधी जाऊ या दुसऱ्या जागेत राहायला?"

"मी शोधतेय. जाऊ हं लवकरच. कढीबरोबर आणखी थोडा भात घे." आई कढी वाढत म्हणाली.

अधूनमधून प्रसन्ना घर बदलण्याबद्दल विचारे. 'लवकरच जाऊ. मी शोधतेय,' असे आई उत्तर देई. दिवस-रात्र ट्रेनचा धडधडाट चालूच असे. येणारे-जाणारे पाहुणे म्हणत, 'केवढा हा आवाज! त्रास होत असेल नाही तुम्हाला?' बरेच दिवस गेले. प्रसन्नाची मावशी नागपूरहून आली होती. प्रसन्ना घरात एकटीच होती. मावशी म्हणाली, "बाई गं, काय कटकट आहे या आवाजाची?" प्रसन्ना म्हणाली, "कसला आवाज?" तिला आवाजाची इतकी सवय झाली होती की ट्रेन येऊन धडधडत निघून गेली तरी तिच्या लक्षातही येत नव्हते.

सुरुवातीला त्रासदायक वाटणाऱ्या गोष्टी सवय झाली की नित्याच्या होतात. त्यांचा त्रास होईनासा, जाणवेनासा होतो. सुरुवातीलाच वैतागण्यापेक्षा थोडा काळ जाऊ द्यावा.

संकल्प : त्रासदायक वाटणाऱ्या गोष्टींबद्दल मी लगेच नाराजी व्यक्त करणार नाही.

युवराज जनक

शाळेत वर्गात शिंदेबाई सांगतात, उद्या वर्तमानपत्र वाचून या आणि एक बातमी तुमच्या शब्दांत लिहा. सकाळी उठून वर्तमानपत्र वाचत बसलेल्या जनकची नजर एका बातमीवर पडते. 'कारखानदार देवराज यांचा मुलगा हरवलाय. देवराज देवनगर संस्थानचे संस्थानिक होते... मुलाचे वर्णन... असे आहे. असा मुलगा सापडल्यास खालील पत्त्यावर संपर्क साधा.' हीच बातमी तासाला लिहू या, असा विचार करताना जनकच्या लक्षात येते की, बातमीमध्ये दिलेल्या वर्णनात आपण बसतोय. गोरा रंग, कुरळे केस, तपकिरी डोळे... अरेच्चा आई, बाबा, भावंडे कुणाचेच केस कुरळे नाहीत. रंग गोरा नाही की तपकिरी डोळे नाहीत. दिवसभर विचार करून त्याची खात्री होते की, आपण या घरातला मुलगा नाही. कदाचित हॉस्पिटलमध्ये बदलले गेलो असू.

संध्याकाळी बाबा घरी आल्यावर आई-बाबांना तो म्हणाला, ‘‘कुंटेसाहेब, मंदाबाई मी ‘देवराज’ संस्थानिकांचा मुलगा आहे. मला माझ्या घरी जायचं आहे.’’

हा आपल्याला अशा नावाने कसा बोलावतो आणि हे काय भलते वेड घेतलेय म्हणून जनकची आई रडायला लागते. बाबा तिला शांत करतात. म्हणतात,

‘‘त्याच्या मनासारखं होऊ दे.’’

त्याने आपला मित्र सोनू यालाही फोन करून सांगितले की मी देवनगरचा हरवलेला युवराज आहे.

दुसऱ्या दिवशी सोनूचा फोन आला, ‘‘अरे टीव्हीवर आता सांगितलं की देवराज संस्थानिकांच्या मुलाविषयी ज्यांना माहिती आहे त्यांना तारांगण हॉटेलवर उद्या सकाळी बोलावलंय. युवराज जनक मला विसरू नका.’’

जनक जेवताना म्हणाला, ‘‘कुंटेसाहेब, मला उद्या तारांगण हॉटेलला न्याल का? तिथे देवराजांच्या वारसाला बोलावलंय.’’

आई चिडली होती. पण बाबा शांतपणे म्हणाले, ‘‘हो, आपण सगळेच जाऊ बरं का गं. उद्या स्वयंपाकाला सुटी दे. रविवार आहे. बाहेरच जेवू.’’

तारांगणमध्ये रिसेप्शनिस्टसमोर बरीच रांग होती. मुलांना घेऊन आणखी काही पालकही आले होते. रिसेप्शनिस्ट म्हणाली, ‘‘आलेल्या मुलांच्या रक्तगटाची चाचणी होईल. त्यात रक्तगट जुळलेल्यांच्या रक्ताच्या पुढच्या चाचण्या होतील.’’

आत जाऊन एक मुलगा बाहेर येत होता. एकाला धपाटा घालून आई म्हणाली, ‘‘एक गोष्ट धड जमत नाही तुला.’’

एक मुलगा आईला म्हणत होता, ‘‘बघ सांगत होतो काही होणार नाही. दोन तास दुकानात बसवून केस कुरळे करायला लावलेस.’’

जनकला आपल्या घरच्यांची प्रेमळ वागणूक आठवत राहिली. तोपर्यंत त्याचा क्रमांक आला. रक्त तपासून त्याचा गट ओ पॉझिटिव्ह आल्याने त्याच्या पुढच्या चाचण्या करण्यात येतील, असे त्याला सांगण्यात आले. तो बाहेर आला. त्याचे प्रेमळ कुटुंब वाट पाहत होते. तपासणीबद्दल काहीही न विचारता आई-बाबा म्हणाले, ‘‘चला जेवायला.’’ भावंडांनी त्याचा हात धरला. तेवढ्यात रिसेप्शनिस्ट म्हणाली, ‘‘काय निघाला रक्तगट?’’ हातातली चिठ्ठी खिशात टाकत तो म्हणाला,

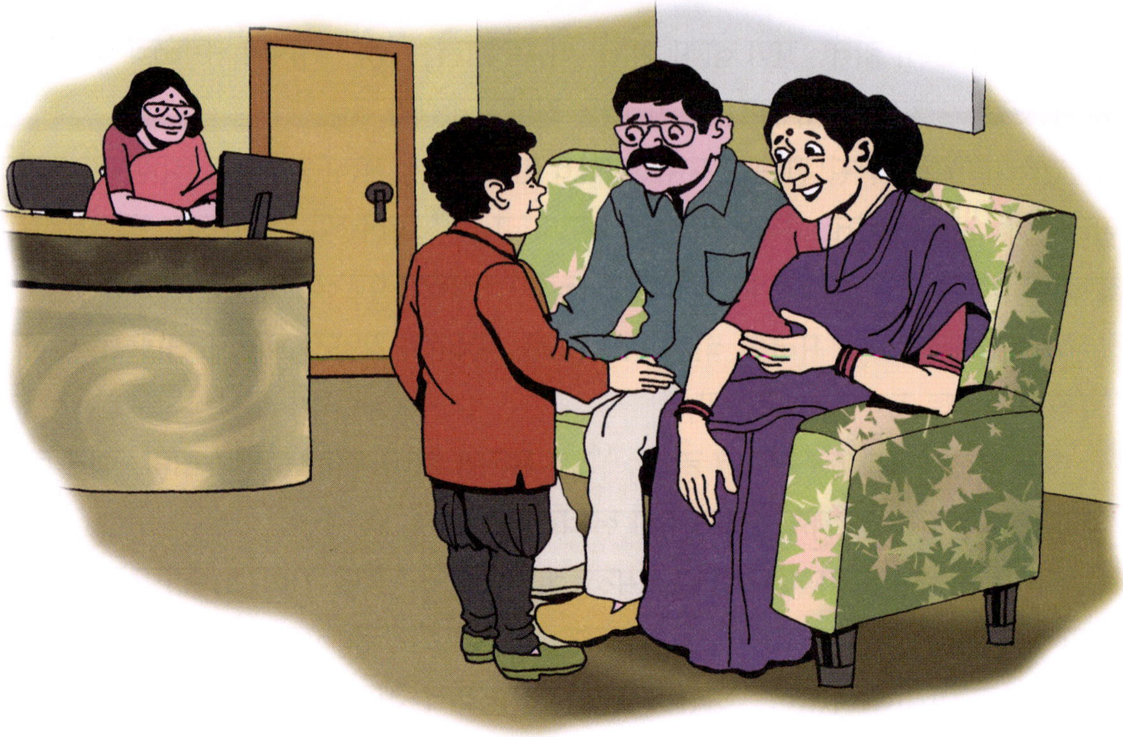

“माझा रक्तगट जुळला नाही. ए आई, भूक लागलीय. चला जेवू या.”

आपले आईवडील, भावंडे यांचे आपल्यावरचे प्रेम सगळ्यात मोलाचे असते.

संकल्प : माझ्या कुटुंबाला मी कधी दुखावणार नाही.

झुडूप आणि झाड

त्या सुंदर तळ्याकाठी उतारावर डेरेदार, हिरवेगार छोटे झुडूप होते. त्याचे प्रतिबिंब तळ्याच्या पाण्यात पडायचे. आपल्या प्रतिबिंबावर आपल्या हिरव्यागार टवटवीत आणि भरपूर असलेल्या पानांवर झुडूप फार खूश असायचे. वारंवार वाकून प्रेमाने ते प्रतिबिंबाकडे पाहायचे. अभिमानाने स्वतःशीच म्हणायचे, माझ्याइतका सुंदर या आसमंतात कुणीच नाही. म्हणूनच माझे, फक्त माझेच प्रतिबिंब या तळ्यातल्या पाण्यात सतत डुलत राहते. काही काळ गेला. एके दिवशी अचानक झुडपाला आपल्या शेजारी दुसऱ्या एका मोठ्या उंच झाडाचे प्रतिबिंब दिसले. तळ्याच्या काठावर झुडपाच्या मागे जरा दूर एक चिमुकले रोप चांगले ताडमाड वाढले होते. स्वतःचे प्रतिबिंब झाडही कौतुकाने पाण्यात पाहत होते. झाडाला दणकट फांद्या

होत्या. त्या पानांनी, फुलांनी लहडल्या होत्या. छोट्या झुडपाला झाडाचे प्रतिबिंब पाण्यात पाहून फार वाईट वाटले. ते मलूल झाले. त्याचा सगळा तोरा, ऐट कुठल्या कुठे निघून गेली. झाडाचा त्याला हेवा वाटू लागला. हळूहळू झाडाबद्दल त्याला इतकी असूया वाटू लागली की, त्याची पाने काळवंडू लागली. त्याचे तरारून वाढणे बंद झाले. माझ्यापेक्षा हे चांगले कसे. एके दिवशी काही माणसे आली आणि झाडाच्या रस्त्याच्या बाजूच्या फांद्या कुऱ्हाडीने तोडू लागली. घाव बसू लागले. वेदनेने कळवळून झाड म्हणाले, "माणूस एवढा कृतघ्न कसा? मी सावली, फळं, फुलं देतो. याची मुलं माझ्या अंगाखांद्यावर खेळतात." झाडाच्या फांद्या तोडताना पाहून झुडूप घाबरले. नंतर ही माणसे मलाही तोडतील म्हणून जीव मुठीत घेऊन वाट पाहत

राहिले. पण माणसांनी त्याच्याकडे पाहिलेसुद्धा नाही. तोडलेल्या फांद्या घेऊन ती माणसे निघून गेली. झाडाचा नैसर्गिक तोल पार बिघडून गेला. ते एका बाजूला कलले. पाऊस, वारा यांच्या माऱ्याने कधीतरी मातीत कोसळले. झुडपाने पाण्यात पाहिले. झाडाचे उंच, ऐटदार प्रतिबिंब पाण्यातून नाहीसे झाले. झुडूप पाण्यात डुलणाऱ्या आपल्या प्रतिबिंबाकडे पाहत राहिले. हळूहळू त्याची पाने पुन्हा तरारून आली.

मोठी माणसे चढाओढीबद्दल, आयुष्यातल्या रॅट रेसबद्दल चर्चा करताना तुम्ही ऐकता. पुढे जाण्यासाठी स्वतःला दुसऱ्यापेक्षा मोठा शाबीत करण्यासाठी धडपडतात. दुःखी होतात. फक्त मोठेच असे वागत नाहीत. शाळेतल्या चाचण्या,

खेळांचे गट, पटांगणावरचे खेळ, यात अधिक गुण मिळविणे, स्पर्धा आठवून पाहा. इतरांशी चढाओढ करून दु:खी व्हायचे का इतरांच्या यशाचा आनंदोत्सव मानायचा. प्रत्येकाकडे काहीना काही वैशिष्ट्य असते. ते ओळखून वाढविण्याचा प्रयत्न करता येतो.

संकल्प : मी स्पर्धा करण्याऐवजी स्वत:तल्या वैशिष्ट्यांवर लक्ष केंद्रित करेन.

खार, साप आणि नाग

आफ्रिकेतल्या घनदाट जंगलात राहणाऱ्या बुशमनची ही लोककथा. दिवस खूप तापायला लागला. उन्हाच्या चटक्यांनी कासावीस झालेला एक छोटा हिरवा साप जेवून खाऊन झाडाच्या सावलीला लुसलुशीत गवतात अंगाची गुंडाळी करून गाढ झोपला. त्या झाडावर गोंडेदार शेपटीची मण्यासारख्या डोळ्यांची खार राहत होती. सापाची चकाकती, चमचमती कातडी झाडांच्या पानांमधूनही तिला दिसली. खारींना काही वेगळे प्रकाशणारे दिसले की त्या विशिष्ट आवाजात ओरडायला लागतात. ढिर्रर्र... मर्टर्रर्र... टिर्रर्र... असा खारीचा आवाज ऐकून शिकार करायला जवळूनच

चाललेल्या बुशमनने विचार केला, काय पाहून खारूटली ओरडतेय बरं? सावधपणे तो झाडापाशी गेला. वेटोळे करून झोपलेला चकाकणारा साप त्याला दिसला. 'हात्तेरी, गवती साप दिसतोय. याला मारण्यात अर्थ नाही. खायला काही उपयोगाचा नाही. जाऊ दे निरुपद्रवी आहे बापडा' म्हणत बुशमन पुढे निघून गेला.

काही काळाने दुसऱ्याने खारीचा तो आवाज ऐकला. खारीला नक्कीच काहीतरी दिसले. त्याने भाला सरसावला. आवाज न करता तो झाडापाशी आला. गवती साप पाहून तो फारच वैतागला. सकाळपासून काही मिळाले नाही. बायको रागावणार आता. बरे, हा साप मारून न्यावा तर ती आणखी संतापेल. निरुपयोगी प्राणी का

घेऊन आलात म्हणून आरडाओरडा करेल. स्वत:शी पुटपुटत शिकार शोधत तोही पुढे निघून गेला. खार झाडावरून सारी गंमत पाहत होतीच, पण तिच्यासारखेच आणखी कुणीतरी हा प्रसंग पाहत होते. विषाच्या पिचकाऱ्या टाकणारा एक नाग झाडीत लपून हे पाहताना विचार करत होता. सकाळपासून या शिकाऱ्यांना घाबरून लपतोय. पण झाडाखालची ही जागा फारच सुरक्षित दिसतेय. जरा झोप घ्यावी. त्याने झाडीतून बाहेर येऊन गवती सापावर हिस्स करून विषाची पिचकारी टाकली. तसा खडबडून जागा होऊन तो दूर पळाला. नाग त्याच्या जागी येऊन निश्चिंत झोपला. खार मात्र पूर्वीपेक्षा नागाला पाहून जोरातच ओरडू लागली. पण नागाला त्या आवाजाची सवय होती. त्याची झोपमोड झाली नाही. तेवढ्यात आणखी एक बुशमन खारीचा विशिष्ट आवाज ऐकून शिकारीच्या आशेने आला. ज्याला तो नेहमी घाबरायचा तो नाग बेसावध, गाढ झोपलेला पाहून आपल्या तिरकामठ्याने त्याने

नागाला मारले. आपल्या पिशवीत त्याला घालून तो आनंदाने घराकडे निघाला. ते पाहून खार हळहळली. 'गवती सापाला हुसकून हा आपणहून मरणाच्या जबड्यात आला.'

कायम सावध असावे. एकासाठी सुरक्षित असणारी गोष्ट दुसऱ्यासाठी संकट ठरू शकते. हे लक्षात ठेवून कशावरही विश्वास ठेवण्याआधी विचार करावा.

संकल्प : मी विचाराने वागेन.

शिकायचंय, पण कुठल्या शाखेत?

चांगले मार्क मिळवून शांभवी दहावीत गेली होती. खूप अभ्यास करावा, क्लासला जावे, कॉलेज कधी बुडवू नये असा तिचा स्वभाव. आपण बरे आणि आपला अभ्यास बरा. शेजारची नीना तिला 'मूव्ही' बघायला कायम बोलवायला यायची. कुठलाही नवा चित्रपट लागला की, नीनाने हजेरी लावलीच. सगळे चित्रपट, नटनट्या, चित्रपटकथा आणि त्यातले संवाद यांचा ती चालता-बोलता कोश होती. कॉलेजमध्ये सगळे चिडवायचे की नीनाला रात्री व्यवस्थित दिसते, अगदी कितीही अंधार असला तरी. कारण काय तर म्हणे खूप चित्रपट पाहून अंधारात पाहायची तिला फारच सवय झालीय. त्यामुळे उजेडात ती अडखळते, पण अंधारात सराईतपणे वावरते. शांभवीला नीना आवडायची, पण अभ्यास न करता सारखे चित्रपट पाहण्याची तिची हौस तिला मुळीच पसंत नव्हती.

एकदा तिने नीनाला विचारले, "अगं, कशासाठी एवढी वेडी आहेस तू चित्रपट पाहायला. तुला पुढं त्यात करिअर करायचं आहे का?"

नीना फणकारली, "माझं राहू दे, पण तू सदान्‌कदा अभ्यासात डोकं घालून बसतेस. तू पुढं काय करणार आहेस?"

शांभवीला उत्तर देता आले नाही. ती विचार करायला लागली. कॉमर्सला जावे का? माझ्या बऱ्याच मैत्रिणी-मित्र कॉमर्सला जाणार आहेत. त्यांच्याबरोबर कॉलेजमध्ये असले तर मी एकटी पडणार नाही. की बाबांसारखे आर्किटेक्चरला जायचे. माझे ड्रॉइंगही चांगले आहे. पण छे, मला नाही आर्किटेक्ट व्हायचे. तिने बाबांपाशी विषय काढला.

"बाबा, दहावीनंतर काय करावं कळत नाही हो मला. की दहावीला चांगले मार्क पडले तर सायन्सला जाऊ आणि कमी पडले तर आर्ट्‌सला.

बाबाही विचारात पडले. मित्रांशी, नातेवाइकांशी चर्चा करून त्यांनी एका

चांगल्या करिअर गाइडन्स देणाऱ्या शिक्षकांचा पत्ता मिळविला. शांभवीला घेऊन ते त्यांच्याकडे गेले. शांभवीशी बोलून, तिला काही प्रश्न सोडवायला देऊन त्यांनी दुसऱ्या दिवशी यायला सांगितले. शांभवीला कुठली चैन.

"बाबा, नाहीतर मी फिजिओथेरपिस्ट होते. त्यात खूप पैसे मिळतात."

मावशी तिला घेऊन आपल्या फिजिओथेरपिस्टकडे गेली. त्यांच्याशी चर्चा केल्यावर शांभवीने विचार केला, फारच अवघड दिसतेय, हे आपल्याला झेपणार का? हळूहळू तिचा गोंधळ वाढत चालला होता. निराश वाटत होते. पुढे अंधार दिसत होता. करिअर काउन्सलरने बोलावले. सगळ्या शक्यता, शांभवीची वृत्ती आणि बुद्धी विचारात घेऊन त्यांनी सांगितले, "तू 'पर्यावरण' विषय घेऊन पोस्ट ग्रॅज्युएशन करावंस." इतरही पर्याय त्यांनी सुचविले.

भविष्यकाळ भीतिदायक असू शकतो, पण योग्य ज्ञान, माहिती उपयोगी ठरू शकते. आपली भीती दूर करण्यासाठी, कमी करण्यासाठी आपण भविष्याची आखणी करू शकतो. आतापासून आपले करिअर, नोकरी, व्यवसाय याचा विचार करण्यात चूक काही नाही. त्यात तुम्हाला घरचे, शिक्षक, काउन्सलर वा इतर कुणी मदत करू शकतात.

संकल्प : मी माझ्या भविष्यकाळाचा विचार करायला लागेन.

सोन्याचं कडं

स्वत:च्या गरजा अत्यंत कमी असणारे, स्वभावाने भले असलेले, अभ्यासू आणि ज्ञानी गृहस्थ एका गावाहून दुसऱ्या गावी भ्रमंती करत निघाले होते. वेगवेगळी गावे, राने पाहावीत, लोकांशी बोलावे, समाजजीवनाचा अभ्यास करावा, टिपणे काढावीत, हा त्यांचा दिनक्रम असे. ऊन चांगलेच तापले होते. कुठे पाणी दिसले तर प्यावे आणि सावलीला थोडी विश्रांती घ्यावी, या विचाराने ते एका शेतात शिरले. विहिरीवर मोट होती. पाणी खळाळत शेताला चालले होते. शेतकरी बैल हाकत होता. बैल पुढे-मागे फिरे, तशी पाण्याने भरलेली मोट विहिरीतून वर येऊन उपडी होई. मोट रिकामी होताना पाण्याखाली ओंजळ धरून गृहस्थ थंडगार पाणी प्यायले. थोडी झोप घ्यावी म्हणून डेरेदार झाडाखालची जमीन त्यांनी हाताने सारखी केली. त्यांना मातीत सोन्याचे कडे दिसले.

"हे कडं मला मिळालं खरं, पण म्हणून काही ते माझं होत नाही. ही जमीन ज्याची, तोच या कड्याचा मालक." शेतकऱ्यापाशी जाऊन त्याला कडे देत शुभ्र दाढीचा आणि तेजस्वी डोळ्यांचा तो गृहस्थ म्हणाला.

काटक शरीराच्या आणि उन्हाने रापलेल्या चेहऱ्याच्या शेतकऱ्याने त्या सोन्याच्या कड्याकडे आश्चर्याने पाहिले. ते घेण्यासाठी त्याचे हात पुढे झाले नाहीत. तो म्हणाला, ''दादा हे सोनं माझं नाही.'' गृहस्थ चकित होऊन म्हणाला, ''अरे, हे शेत तुझंच आहे ना? या जमिनीचा मालक तूच आहेस ना? या जमिनीत हे कडं मिळालं म्हणजे ते तुझंच आहे.''

शेतकरी म्हणाला, ''दादा, ते तुम्हाला मिळालं आहे. जमीन माझी आहे. म्हणून माझ्या जमिनीतून जे उगवतं तेच फक्त माझं आहे. कारण ते माझ्या श्रमातून निर्माण झालेलं आहे. जे माझ्या श्रमातून निर्माण झालं नाही, ते हे सोन्याचं कडं माझं कसं होईल.'' एवढे बोलून शेतकरी पुन्हा मोट चालविण्यात रमला. बैल हाकता हाकता तो आनंदाने गाणे म्हणू लागला.

जे स्वत:च्या कष्टातून मिळते तेच आपले असते. दुसऱ्याने श्रम करून मिळविलेल्या कुठल्याच गोष्टीवर आपला अधिकार नसतो.

संकल्प : आज मी माझ्या श्रमातून काहीतरी निर्माण करून आई- बाबांची शाबासकी मिळवेन.

कार्बन कॉपी

पाचवी 'अ'च्या वर्गात जयू सगळ्यात धीट मुलगी म्हणून ओळखली जायची. वर्गातल्या मुली तिच्या पुढे पुढे करायच्या. तिच्याशी बोलायला धडपडायच्या, कारण अख्ख्या वर्गात सगळ्यात शूर म्हणून ती शाळेत प्रसिद्ध झाली होती. तिला मुळीच कशाची भीती वाटायची नाही. एकदा तिच्या दप्तरात चांगले मोठे, लांब मिश्यांचे, फताड्या, फेंगड्या पायांचे काळसर तपकिरी रंगाचे झुरळ शिरले. शेजारी बसलेली उमा किंचाळून उड्या मारायला लागली. तिचे ओरडणे ऐकून आजूबाजूच्या मुली ओरडू लागल्या, इकडेतिकडे धावायला लागल्या. सगळा गोंधळ उडाला. बाईंनाही कळेना की झाले काय एवढे? जयूने सरळ दप्तरात हात घातला. इकडेतिकडे धावणाऱ्या झुरळाला चक्क मुठीत पकडले. सगळ्या जणी बघत राहिल्या. ती खिडकीपाशी गेली आणि मुठीतील झुरळ तिने बाहेर भिरकावून दिले, तेव्हा कुठे काय गोंधळ चालला होता ते बाईंना कळले आणि तास पुढे सुरू झाला.

त्या दिवसापासून उमा जयूची अगदी फॅन बनली. जयूचा तिला हेवाही वाटायला लागला. 'केवढी धीट आहे ही!

अंधाराला घाबरत नसेल. भुताला किंवा राक्षसालासुद्धा घाबरत नसेल. कसली ग्रेट नाही,' उमाच्या मनात येई. तिची आई सांगे की, दिवेलागणीला देवाला नमस्कार करावा. प्रार्थना करावी. ती प्रार्थना देव ऐकतो. उमा संध्याकाळ झाली की हात-पाय धुऊन देवाला नमस्कार करायची आणि प्रार्थना करायची, "देवा, मला जयूसारखं शूर कर. मला जयूसारखं व्हायचं आहे." रात्री झोपेतसुद्धा तिला जयू दिसायची.

हळूहळू ती जयूसारखीच बोलायला लागली. जयूसारखे केसांचे वळण घेऊ लागली. जयूसारखे दप्तर, डबा, पाण्याची बाटली तिने आईच्या मागे भुणभुण लावून आणली. वर्गातल्या मुली उमाला चिडवू लागल्या. ती दिसली की कुजबुजून हसू लागल्या. तिचे नाव पडले, 'कार्बन कॉपी'. तिला कुणी मैत्रीण उरली नाही. तिच्याशी

कुणी खेळेना. वर्गात हास्यास्पद होऊन बसलेली उमा फार एकटी पडली. जयूसारखे होण्याच्या अट्टाहासापायी दु:खी झाली.

'मोठं झाल्यावर कोण होणार?' असे तुम्हालाही वडीलधारी मंडळी विचारत असतील. खूप अभ्यास कर म्हणजे कुणीतरी मोठा होशील, असेही म्हणत असतील. खरेतर तुम्ही आताही 'कोणीतरी' असताच. वर्षे जातात तसे तुम्ही मोठे होता, पण आज तुम्ही जे आहात त्यापेक्षा वेगळे होत नाही. कुणासारखे तरी व्हायची इच्छा करायची म्हणजे आपण स्वत: जे आहोत तसे न होण्याची इच्छा करणे आहे.

संकल्प : तुम्ही आयुष्यात जसे आहात, त्याचा अभिमान बाळगा.

गंमत करताना...

घरात चहा केव्हापासून उकळत होता. चहाचा वास, बायकांचे बोलणे, हसणे घरात भरून राहिले होते. त्या सगळ्यांचा शार्दूलला फार कंटाळा आला होता. शाळेला सुटी होती. दादा पिक्चरला गेला होता. आईचा भिशीचा ग्रुप जमला होता. घरी बोलायलासुद्धा कोणी नव्हते. फारच बोअर झाले तसा तो घराबाहेर पडला. शेजारच्या प्रतिमाकडे निघाला. 'तिची गंमत करू या. तेवढाच टाइमपास! मज्जा येईल. नाहीतरी फारच बावळट आहे प्रतिमा.' त्याने घराची घंटी वाजविली. प्रतिमाही घरी एकटीच होती. चित्रे काढत बसली होती. शार्दूल आल्यामुळे तिला आनंद झाला. आई तिच्यासाठी जायफळ घालून कॉफी करून गेली होती. 'अरे मस्त कॉफी केलीय. दोघं पिऊ,' असे म्हणत तिने कॉफी गरम करायला ठेवली. शार्दूलही स्वयंपाकघराच्या ओट्याला टेकून तिच्याशी गप्पा मारत होता. त्याचे लक्ष जायफळ किसायच्या छोट्याशा किसणीकडे गेले.

"ही एवढीशी किसणी कशासाठी गं? तुझ्या खेळण्यातली आहे का?" त्याने विचारले. "नाही रे! आई जायफळ किसते तिच्यावर." प्रतिमा म्हणाली. शार्दूलला वाटले हिची जरा गंमत करू या- "हँ, काहीतरी काय! याला धारच नाही. खेळातलीच आहे. बघ बोट फिरवून." प्रतिमाची फिरकी घेण्यात खूपच मजा येत होती. शार्दूलला छान वाटत होते. मघाचा कंटाळा पळून गेला होता. त्याचा हेतू प्रतिमाच्या लक्षात आला नाही. ती किसणी खेळण्यातली नाही, खरेच आईच्या वापरामधली आहे हे दाखवून द्यायला तिने किसणी उचलली.

"अगं, कशाला उगीच नसत्या बाता मारतेस. बोट फिरवलंस की कळेलच तुला," शार्दूल खेळात रंगत आणत म्हणाला. सरळ स्वभावाच्या प्रतिमाने खरोखरच किसणीवरून जोरात बोट फिरविले. किसणी चांगलीच धारदार होती. बोटावरची त्वचा किसली गेली. प्रतिमा कळवळली. बोटातून रक्त आले.

"हॅऽ हॅ ऽ ऽ हॅ ऽ ऽ कसली बावळट आहेस गं तू! खरंच बोट फिरवलंस. कम्माल झाली." खदखदा हसत शार्दूल म्हणाला.

स्वतःला गंमत वाटते म्हणून एखादी गोष्ट करताना त्यातली गंमत कधी संपते आणि दुसऱ्याला इजा पोचवणे सुरू होते. दुसऱ्याला दुःख होते याचे भान ठेवणे गरजेचे आहे.

संकल्प : स्वतःच्या मनोरंजनासाठी दुसऱ्याला मी कधीही दुःख देणार नाही.

शहर सोडून आडगावात

शाळेला सुटी लागली. रोहन बाबांच्या बदलीच्या गावी आईबरोबर आला होता. तिथल्या साखर कारखान्यात बाबा मोठे अधिकारी होते. बाबा कारखान्यात गेल्यावर रोहनला प्रश्न पडला, 'घरी बसून काय करू? कुठे जायचं? शी, सगळंच टपरी आहे इथे. उगीच आलो शहर सोडून या आडगावात.' अंगणातल्या चिंचेच्या भल्या थोरल्या झाडाखाली पारावर बसून तो विचार करत होता. मळकी विजार, सदरा, डोक्यावर गांधी टोपी घातलेला सखाराम येताना त्याला दिसला. त्याची ड्युटी बंगल्यावर आहे, असे बाबा म्हणाले होते. सखाराम त्याच्याजवळ आला. हसून

म्हणाला, “छोटे मालक, माझ्या घरी येता का? आमचा शंकर, मंगल खेळायला बोलवताहेत.” रोहनचा काही मूड नव्हता. शंकर-मंगलशी आपण काय खेळणार? तेवढ्यात बाहेर अंगणात येत आई म्हणाली, “विचारतोय तर जा की! घुम्यासारखा घरी कशाला बसतोस?” रोहनचा चेहरा ढिम्म होता. सखारामही पारावर बसला. “दुपारी ओढ्यावर पोहायला जाणार का?” त्याने विचारले. ही आयडिया रोहनला आवडली. दुपारी शंकर, मंगल, रोहन ओढ्यावर गेले. आजूबाजूला दाट झाडी होती. वाळूतून चालताना मजेदार आवाज होत होता. एक कुत्रा त्यांच्यावर भुंकायला लागला. रोहनने दगड उचलला आणि भिरकावला. कुत्रा दूर जाऊन, वाळूत बसून शेपूट हालवत त्यांच्याकडे पाहू लागला. सखाराम रोहनला म्हणाला, “तुम्ही दगड उचललात ना तेव्हा मला वाटलं मुक्या जनावराला मारायला निघालात, पण तुम्ही त्याला फक्त घाबरवलंत.”

“कशाला मारायचं, त्याने काय केलंय माझं?” रोहन म्हणाला.

“कळतंय कुठे हे सगळ्यांना. गलोलीने पाखरं मारतात. कुत्र्याची शेपटी पिरगाळतात. मांजराच्या शेपटीला डबडं बांधतात. नाकतोडे, चतुर पकडून पायाला दोरी बांधून फिरवतात. पाणनिवळ्या, किडे पकडून डब्यात कोंडतात...” दुःखी स्वरात महादेव सांगत राहिला. तेवढ्यात फांदीवरून एक कावळा मोठ्याने ओरडला. तिघे वर पाहायला लागले तर एक माकड फांदीवरून दुसऱ्या फांदीवर घाबरून, गोंधळून वेड्यावाकड्या उड्या मारत होते आणि कावळा त्वेषाने त्याला टोची मारत ओरडत होता. एवढे माकड, एवढासा कावळा, तरी असं कसं? रोहनला कळेना. “या माकडाने कावळ्याची अंडी पळवण्याचा प्रयत्न केला असणार. कावळी चिडून हल्ला करून त्याला दूर पळवेल.” महादेव म्हणाला.

“प्राण्यांच्या, पाखरांच्या आया पोरांचं फार रक्षण करतात. लहान पाखरे मोठ्या पाखरांनासुद्धा पळवून लावतात. अशा वेळी खूप ताकद येते त्यांच्यात!” मंगल म्हणाली,

रोहनला सगळे विलक्षण होते. पूर्वी कधी न अनुभवलेले विश्व त्याला जीवनाचे नवे ज्ञान देत होते. शर्ट काढून तो पाण्यात उतरला. महादेवनेही पाठोपाठ उडी ठोकली. पाण्यात डुंबताना रोहन म्हणाला, ''शंकर, मंगल, तुमच्यासारखे मित्र मला आजपर्यंत कधी मिळाले नव्हते.''

चांगल्या मित्रांमुळे आपले आयुष्य संपन्न आणि आनंदी होते. बऱ्याचदा आपण त्यांना गृहीत धरतो. त्यांना दुखावतो. त्यांच्याबद्दल कृतज्ञ राहा. ते कायम तुमची साथ देतील.

संकल्प : मी मित्रांविषयी कृतज्ञ राहीन.

हर्षवर्धनचे दुःख

हर्षवर्धनला रोज सकाळी उठल्यावर गळून गेल्यासारखे वाटायचे. उठायला नकोच वाटायचे. आजचा दिवस का उजाडला? काय घडेल आज? काही वाईट घडणार नाही ना अशी सारखी धास्ती वाटायची. काही करू नये, कुठे जाऊ नये, कुणाशी बोलू नये, गप्प बसून राहावे, म्हणून तो सगळ्यांना टाळायचा. कागदावर रेघोट्या मारत कुठेतरी बसून राहायचा. शाळेतही कुणात मिसळायचा नाही. जेव्हा पाहावे तेव्हा समोर पुस्तक धरून बसलेला किंवा खिडकीतून दूर कुठेतरी पाहत असलेला दिसायचा. घरीदारी कुठेच त्याचे मन लागत नव्हते.

घराच्या पायऱ्यांवर उदास बसलेल्या हर्षवर्धनच्या पाठीवर कुणाचा तरी हात हळुवार फिरला. त्याने पाहिले तर बाबांकडे येणारे कोशेकाका त्याच्याशेजारी बसून

मायेने त्याच्या पाठीवरून हात फिरवत होते. त्या प्रेमळ स्पर्शाने त्याला भरून आले. कसेबसे रडू आवरून खाली पाहत तो गप्प बसून राहिला. कोशेकाकाही काही न बोलता त्याच्याशेजारी बसून राहिले. काहीसुद्धा विचारले नाही त्यांनी. थोड्या वेळाने हर्षवर्धन जरा शांत झाला. त्याच्या लक्षात आले की, आपल्याला पाठीवरून फिरणाऱ्या हातामुळे खूप बरे वाटतेय. कोशेकाकांशी मोकळेपणाने बोलावेसे वाटतेय. पण धीर होईना. असे कसे एकदम बोलायचे? संकोच वाटला त्याला. पण एकीकडे वाटले बोलावे... आपली भीती सांगून टाकावी. कोशेकाकांचा हात पाठीवरून फिरला तसा त्याला एक प्रकारे धीर आला होता. विश्वास वाटू लागला होता.

कोशेकाकांच्या मनात येत होते, 'हा पोरगा कसल्यातरी भावनिक वेदनेत आहे. बोलायला लाजतोय. तसा अबोलच आहे थोडासा. कसा बरे बोलता करावा याला?' काही न सुचून ते त्याच्याशेजारी फक्त बसून राहिले. अधूनमधून त्याच्या पाठीवरून हात फिरवत राहिले. हळू आवाजात एकेक शब्द उच्चारत हर्षवर्धन म्हणाला, "हल्ली आई-बाबांची खूप भांडणं होतात. कशावरूनही, कधी खर्चावरून, कधी घरच्या मांजरावरून. आई म्हणते, बाबा घरी काही लक्ष देत नाहीत. खूप चिडचिड करते. बाबा म्हणतात, मला माझ्या व्यापात घरात पाहणं जमणार नाही... काका, हल्ली ते एकमेकांशी भांडणाशिवाय साधं बोलतच नाहीत. मला फार भीती वाटते. आई... वेडी होणार नाही ना? तीच म्हणत होती तसं. बाबा आम्हाला सोडून निघून जातील का? तसं म्हणत होते ते... खूप रडू येतं मग मला." कोशेकाका म्हणाले, "अरे वेड्या, नवराबायकोतली भांडणं असतात ही. पेल्यातल्या वादळासारखी. आपोआप शांत होतात. आई-बाबांना एकमेकांशिवाय करमणार नाही. दोघं कामाच्या

ताणाखाली असतील. थोड्या दिवसांत सगळं नीट होईल. अरे माझी आणि काकूचीसुद्धा होतातच भांडणं. मी गेलो का कुठे रे.'' हर्षवर्धनला कितीतरी हलके वाटले. मनातले विचार, भीती, दुःख हळूहळू विरघळून गेले. बऱ्याच दिवसांनी त्याच्या चेहऱ्यावर हसू फुलले.

तुम्हाला जेव्हा खूप दुःख होते तेव्हा मित्रांशी, वडीलधाऱ्यांशी मोकळेपणाने बोला. मन हलके होईल. आतल्या आत कुढत राहू नका. त्यामुळे दुःख वाढेल.

संकल्प : दुसऱ्याजवळ मनातले दुःख बोलायला मी संकोच करणार नाही.

करायला गेलो एक

सुहास 'अक्षर भांडार' या पुस्तकांच्या दुकानात नोकरी करायचा. अठरा वर्षांचा झाला तेव्हा त्याने ठरवले आपण अशिक्षित राहायचे नाही. त्याने रात्रीच्या शाळेत नाव घातले. आई धुणे-भांड्याची कामे करायची, संसार चालवायची. सुहासला वाचनाची आवड होती. दुकानात फावल्या वेळात त्याची कितीतरी पुस्तके वाचून झाली होती. शाळेतल्या अभ्यासाबरोबर जगाचे आणि जगण्याचे ज्ञान त्याला त्याच्या वाचनाच्या छंदामुळे मिळत होते.

मालक फार भला माणूस नाही, असे त्याला वाटायचे. एक तर तो फार चिक्कू होता. दुसऱ्याचा विचार करायचा नाही. सुहासचा पगारही त्याने कधीच वाढविला नाही. पण सुहासला वाटे, पगार कमी असला तरी इथे केवढी तरी पुस्तके वाचायला मिळतात.

सुहास आणि मालक एकदा पुस्तकांची खोकी उचलून माळ्यावर नेत होते. मालकाचा हात सटकला आणि खोके त्याच्या पायावर पडले. 'अगं आईऽऽ गं!' करत मटकन तो पायरीवर बसला. पाय हां हां म्हणता सुजला. सुहासने धावत जाऊन बर्फ आणला. पाय शेकला. मालकाला प्यायला पाणी दिले. ''मालक दवाखान्यात जाऊ या. आपल्याकडे ते डॉ. साळी पुस्तकं घ्यायला येतात, त्यांचा दवाखाना मला ठाऊक आहे.'' सुहास म्हणाला. बारीक डोळे करून चश्म्याच्या वरून सुहासकडे पाहत मालक म्हणाला, ''अरे, तो आपला गिऱ्हाईक आहे. दवाखान्यात जाऊन त्याला फी कशाला द्यायची. उद्या बुधवार. ते इथे दुकानात चक्कर टाकतातच. आले की पाय दाखवेन. म्हणजे फी नाही द्यावी लागणार.'' आणि सुजरा पाय घेऊन मालक लंगडत टेबलाशी जाऊन बसले. सुहासला वाटले, 'लगेच पाय दाखवला तर दुखणं वाढणार नाही, पण यांना कसं पटणार?'

दुसऱ्या दिवशी डॉ. साळी दुकानात आले. दोन पुस्तके सुहासला बांधायला सांगून नवी पुस्तके चाळू लागले. मालक लंगडत येऊन म्हणाले, "आल्यासरशी जरा पाय तपासून औषध द्या. फार ठणका लागलाय." डॉक्टरांनी पाय पाहिला. तपासला. वरून लावायला एक आणि एक वेदनाशामक औषध पोटात घ्यायला लिहून दिले.

मालकाने जेव्हा सुहासने बांधून ठेवलेली दोन पुस्तके आणि दीडशे रुपयांचे बिल दिले तेव्हा डॉ. साळी म्हणाले, "अरे वा, छान! अगदी नेमका आकडा झाला की!"

"म्हणजे?" मालकाने गोंधळून विचारले.

डॉक्टर म्हणाले, "दवाखान्यात आला असतात तर माझी फी पंचाहत्तर आहे. पण पेशंटकडे जाऊन तपासायला मी दुप्पट पैसे घेतो." सुहास गालातल्या गालात हसला. मालकाचा चेहरा जास्तच वेदनामय झाला.

वेळेतच एखादी अडचण सोडविली नाही तर थोडक्यात न निभावता दुप्पट नुकसान होते. स्वत:चे नुकसान होऊ नये म्हणून दुसऱ्याचे नुकसान करणे अयोग्य आहे.

संकल्प : दुसऱ्याचे नुकसान करून मी स्वत:चा फायदा करून घेत नाही ना, याबद्दल आजपासून मी जागरूक राहीन.

❖

खमंग, लालसर भजी

करीमला हमीदाचाचीने तयार केलेली भजी फारच आवडायची. त्या छोट्याशा टपरीत गिऱ्हाइकांची झुंबड असायची. शाळा सुटली की, करीम यायचा आणि बाकड्यावर बसून चाची भजी कशी करते ते पाहायचा. चाचीही त्याला बशीत चार-पाच भजी देऊन अभ्यासाची विचारपूस करायची. आसमंतात दरवळणारा खमंग वास, चाचीकडची गिऱ्हाइकांची गर्दी, सतत भरणारा गल्ला, तिची वाढती लोकप्रियता पाहून आपणही छोटे हॉटेल टाकावे, असे त्याला वाटायला लागले.

एके दिवशी रात्री जेवताना करीमने विचारले, ''आब्बा, मी हॉटेल टाकू?'' ''अन् शाळेचं काय? शिकणं महत्त्वाचं!'' आब्बा म्हणाले.

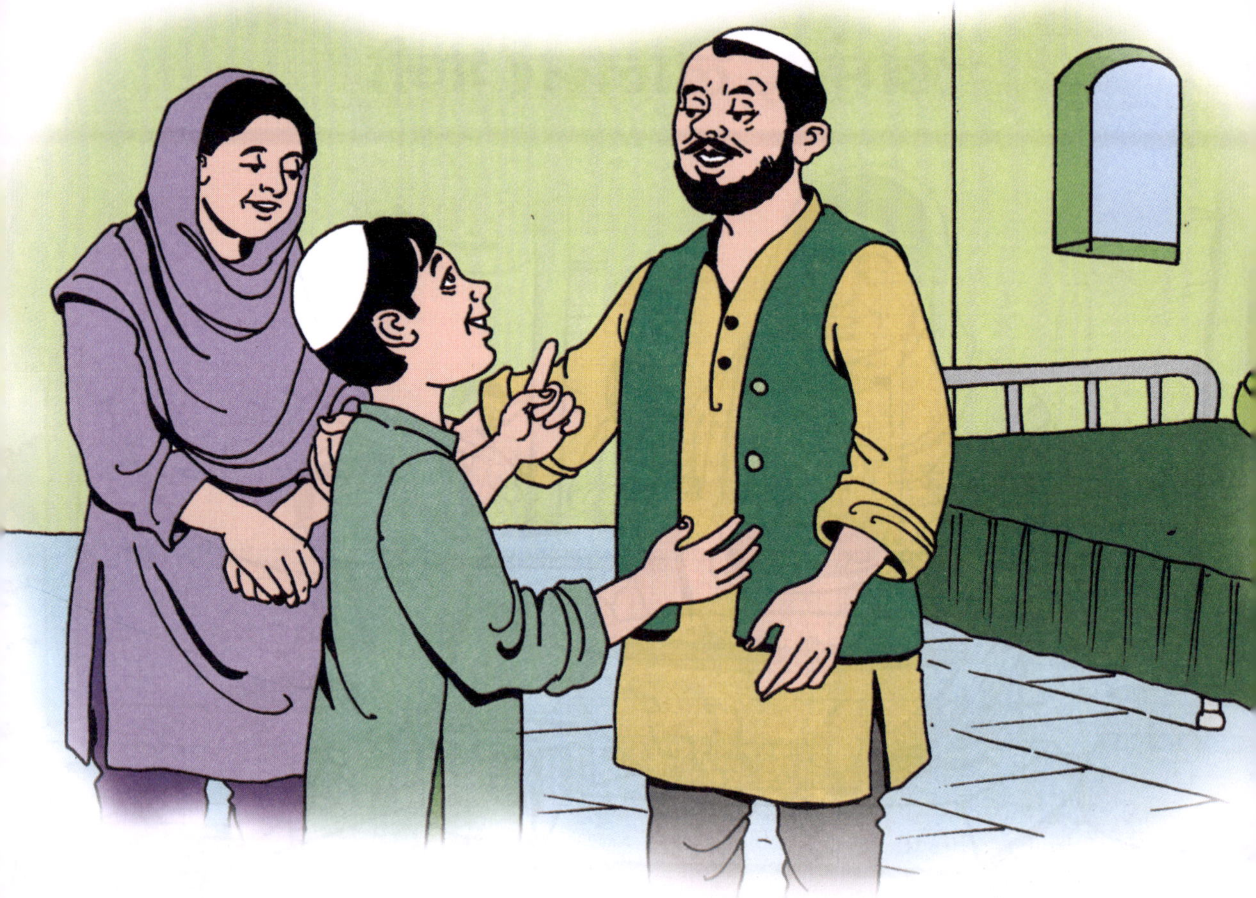

"हे शिकायचं वय तुझं." अम्मी म्हणाली.

"सकाळी शाळा करीन, संध्याकाळी हॉटेल चालवेन. शेजारचा बाबू मदत करणार आहे. माझी फी भागेल. घरालाही मदत होईल." करीम म्हणाला.

एवढासा पोर. अजून मिसरूड फुटायचीय अन् गोष्टी करतोय कमवायच्या. घराला हातभार लावायच्या. आब्बा कौतुकाने हसले.

"मी मालकांकडून उद्या थोडे पैसे उधार आणतो. भांडवल होईल. जागाही आहे मित्राची."

करीमने आनंदाने उडी मारली. अम्मीला शंका आली.

"तुला भजी कशी करायची ते येतं?"

“हँ! विचारीन मी कुणाला तरी!” पण रात्री त्याला झोप आली नाही. भजी, तीही हमीदाचाचीसारखीच कशी करायची बरे?

दुसऱ्या दिवशी तो चाचीकडे गेला. एका बशीत चार भजी घालून तिने करीमपुढे ठेवली. फारसे गिऱ्हाईक नव्हते. गरमगरम, लालसर खमंग भज्यांनी त्याच्या तोंडाला पाणी सुटले. पण पोटावर हात दाबून ‘मेलोऽऽ’ म्हणून त्याने लोळण घेतली. “अम्मी... कुणी डॉक्टर बोलवा... मेलोऽऽ” हमीदाचाचीने हात कसाबसा पदराला पुसला. स्टोव्ह बंद करून ती डॉक्टरांकडे धावली. तसा करीम तिच्या टपरीमागच्या घरात गेला. स्टुलावर चढून भजी बनविण्याची हमीदाचाचींची खास पद्धत लिहिलेली वही शोधू लागला. एक डबा, दुसरा-तिसरा डबा उघडून शोधताना तोल जाऊन तो

धाडकन पडला आणि पडताना पीठ, साखर, हळद अंगावर घेऊन उताणा झाला. हमीदाचाची व डॉक्टर आलेले पाहून शरमून त्याने म्हटले, ‘‘तू भजी कशी करतेस ते गुपित शोधत होतो.’’

‘‘वेड्या, ते डब्यात नाही, माझ्या डोक्यात आहे. त्यासाठी संध्याकाळपासून मला मदत कर. काही महिन्यांत शिकशील. पण शाळा आणि अभ्यास सांभाळून हं!’’ हसत हसत त्याला जवळ घेत चाची म्हणाली.

आपल्याला करावेसे वाटते ते येण्यासाठी कष्ट करून ज्ञान मिळवावे लागते. त्याला शॉर्टकट नसतो.

संकल्प : मला आवडणारी गोष्ट मी शिकून घेईन.

इवल्या पानाचे जगणे

ते इवलेसे पान होते. पोपटी रंगाचे लुसलुशीत कोवळे. झाडाच्या फांदीवर त्याच्या भावंडांबरोबर तेही वाढत होते. वारा आला की झोके घ्यायचे; पाऊस आला की भिजायचे; ऊन वाढले की कोमेजायचे. झाडांच्या मुळांमधून झाड त्याला जीवनरस पुरवायचे. सूर्यप्रकाश त्याच्या कोवळ्या शरीरात हरितद्रव्य निर्माण करायचा. जसे महिने गेले, ऋतू गेले तसा पानाचा आकार वाढत गेला. त्याचे मखमली अंग निबर झाले. टवटवीत पोपटी रंग हिरवागर्द झाला. भावंडे मजेत वाढत होती, पण मोठे होणारे ते इवले पान मात्र अस्वस्थ होते. त्याला वाटे, असे फांदीला चिकटून एकाच जागी सगळे आयुष्य का काढायचे! असे आयुष्य त्याला कंटाळवाणे वाटायला लागले. त्याने धडपड सुरू केली झाडापासून सुटे व्हायची. अंग घुसळले. एकदा डावीकडे, एकदा उजवीकडे, एकदा वर, तर पुन्हा खाली असे शरीराला

आळोखेपिळोखे पुन:पुन्हा दिले. देठ बराच लवचीक झालाय असे पाहून साऱ्या शक्तिनिशी हिसडा दिला स्वत:ला आणि काय आश्चर्य! पान फांदीपासून सुटे झाले. फार आनंदी झाले. वाऱ्याच्या झुळकेबरोबर हेलकावे खात हवेत गरगर उडत पुढे जाऊ लागले. कित्ती मोकळे वाटले त्याला. आपण स्वतंत्र आहोत, झाडाशी चिकटलेलो नाहीत, हवे ते करू शकतो याचा त्याला अभिमान वाटला. वाटेत त्याला कितीतरी झाडे भेटली. पाने, फुले, फळे भेटली. पक्षी, फुलपाखरे गाणी गात जाताना भेटले. त्यांनी पानाला गाणी शिकविली. एकदा सोसाट्याचा वारा आला आणि पान गरगरत खूप दूर गेले. त्याला चक्कर आली आणि ते एका झाडाच्या फांदीवर जाऊन बसले. जरा बरे वाटल्यावर त्याने ठरविले, 'नको बाबा पुन्हा झाडाच्या मदतीने

जगायला.' त्याने सारे बळ एकवटले आणि झाडावरून ते पुढे निघाले. आपल्याला हवेहवेसे वाटणारे, आवडणारे आयुष्य पान आनंदाने जगले. एके दिवशी थकून ते जमिनीवर पडले. त्याच्या लक्षात आले आपण सुकून गेलोय. आपला पाचोळा झालाय. वाऱ्याबरोबर हिंडण्याची, उडण्याची ताकद आता आपल्यात राहिली नाही. पानाने आहे ते आयुष्य स्वीकारले. ते दुःखी झाले नाही. एक पक्षी घरटे बांधायला वाळलेली पाने चोचीत धरून नेत होता. पान म्हणाले, "मलाही ने. तुझं घरटं तयार करायला माझी मदत होईल." पान पक्ष्याच्या घरट्याचा भाग झाले. पक्षिणीने अंडी घातली. पानाने त्यांना ऊब दिली. अंड्यातून इवली पिले एके दिवशी बाहेर आली. पान फार आनंदले. पक्षी चारा आणायला गेले की, पिले खाली पडू नयेत म्हणून पान सतत लक्ष ठेवे. पिलांची काळजी घेई. एके दिवशी पिले मोठी होऊन उडून गेली. पक्षी-पक्षीणही निघून गेले. पानाने विचार केला, काही काळाने पुन्हा पक्षीण येईल,

पिले जन्माला येतील. एके दिवशी वादळ आले. पक्ष्यांनी बांधलेले घरटे पानासह झाडावरून खाली पडले. पान म्हणाले, ''मी जमिनीतून आलोय. पुन्हा जमिनीत जाईन.'' पानाची माती झाली. पुन्हा झाडावर पालवी म्हणून येण्यासाठी पान मातीत मिसळून गेले.

आयुष्य आपल्यापेक्षा मोठे असते. त्याला सुरुवात आणि शेवट नसतो. आपल्याला जसे जगायला आवडते तसे जगण्याचे धाडस करावे. आपल्याला हवेहवेसे वाटणारे, आवडणारे आयुष्य जगण्याचा अधिकार व स्वातंत्र्य प्रत्येकाला आहे.

संकल्प : माझे जगणे कधीच संपणार नाही. मी ते आनंदाने जगेन.

दुःखी रोपे आनंदली

शीतलच्या आईला बागेची आवड होती. बाबांची बदली व्हायची. मग सगळे जण नव्या गावी, नव्या घरी राहायला जायचे. आधीच्या घरी आईने लावलेली बाग पाहून घर सोडताना प्रत्येकाला वाईट वाटायचे. पण आई मात्र म्हणायची, ''जी मंडळी इथे राहायला येतील त्यांना फुलं, फळं मिळतील. सावली मिळेल. आपण ज्या नव्या घरी जाऊ तिथे पुन्हा बाग करू या.'' आणि खरेच काही महिन्यांतच नव्या जागेत पुन्हा गुलाब उमलायचे. जाईजुईचे वेल वातावरण सुगंधी करायचे. जिरॅनियम, बोगनवेलीच्या रंगीबेरंगी फुलांनी बाग बहरायची. पेरू, जांभूळ, रामफळ, चिकूची रोपे वाढू लागायची. सारे वातावरण रंगमय, गंधमय व्हायचे. आईच्या हातात नक्कीच काहीतरी जादू होती.

शीतलला बारावे वर्ष लागले आणि बाबांची पुन्हा बदली झाली. झाले. पुन्हा एकदा नव्या जागेत सारे जण राहायला आले.

आई उत्साहाने म्हणाली, ''बागेची आखणी करते. म्हणजे विटा, खत, माती सारं मागवता येईल.''

शीतल म्हणाली, ''आई, या वेळी मी बाग करू? आम्हाला शाळेत बागकाम शिकवलंय, तू बाग करताना मी नेहमी पाहते. त्यातून खूप शिकायला मिळालंय, काही चुकलंच तर सांगायला तू आहेसच की.''

बाबा समोरच्या खुर्चीवर पेपर वाचत होते. ते पेपरआडूनच म्हणाले, ''वा वा! शीतलबाई, उत्तम कल्पना आहे. या घरची बाग शीतलची बाग.''

आईला मात्र थोडी शंका होती, पण तिनेही शीतलला प्रोत्साहन दिले. बागेची आखणी, प्लॅन तयार झाला. वाफे, कुंड्या भरल्या. रोपे आणायला आई-बाबा तिच्याबरोबर नर्सरीत गेले. पण निवड मात्र फक्त शीतलचीच होती. शीतलचा चुलतभाऊ कुमार मदतीला यायचा. आई मदत करायची. हा हा म्हणता सारी रोपे लावून झाली. शीतल रोज सकाळी तासभर बागेत रोपांची काळजी घ्यायला हजर असायची. प्रत्येक रोपाच्या जवळ बसून खुरपणी करणे, त्याला काही सेंद्रिय खते घालणे, पाणी देणे अशी कामे ती करायला लागली. बाग वाढू लागली. परीक्षा आली, तसे शीतलचे बागेकडे दुर्लक्ष होऊ लागले. दोन दिवस ती फिरकलीच नाही बागेकडे. पाचव्या दिवशी पाहते तो

सारी रोपे कोमेजून गेली होती, मलूल झाली होती. शीतलला फार वाईट वाटले. तिने त्या दिवशी दोन तास बागेत काम केले.

दुसऱ्या दिवशी पाहते तो सारी रोपे तरतरीत, चैतन्यमय झाली होती. आई म्हणाली, "रोपे आपल्यासारखीच सजीव असतात. कुणी लक्ष दिले नाही तर दुःखी होतात. प्रेम दिले की, उत्साही होतात."

निसर्ग सजीव आहे. त्याच्याशी मायेने, प्रेमाने वागलात तर तोही आनंदी होतो. त्याची भाषा तुम्हाला समजू लागते.

संकल्प : पशू-पक्षी, झाडे-वेली, नद्या-नाले, डोंगरदऱ्या साऱ्यांवर मी प्रेम करीन.

❖

'चॉकलेट' बोलू लागला

"अरे चॉकलेट, आज तर त्या अमितने माझा डबाच हिसकावून घेतला. खाऊन टाकला आणि वर खदखदा हसला. सगळी मुलंही हसली मला." दर्शन संध्याकाळी शाळेतून आल्यावर आपला लाडका कुत्रा चॉकलेटला अमितच्या तक्रारी सांगत होता. छोट्या चणीच्या नाजूक दर्शनला वर्गातला दादा 'अमित' रोजच त्रास द्यायचा. चॉकलेटने प्रेमाने दर्शनचे गाल चाटले तसे दर्शनला रडू आवरेना. मग मात्र चॉकलेटला अमितचा फारच राग आला.

नेमका थोड्या वेळाने अमित दर्शनच्या घरी आला. आपली गृहपाठाची वही त्याच्यासमोर आपटून म्हणाला, “उद्या माझा गणिताचा गृहपाठ वर्गात करून आणायचा. काय, समजलं?” तेवढ्यात कानाजवळ गुरगुर ऐकू आली. तो मागे वळून पाहतो तर एक भला थोरला कुत्रा क्रूरपणे दात विचकावत त्याच्या थेट चेहऱ्यापाशी चेहरा आणून उभा. भयानक घाबरून अमितची दातखिळी बसली. वही उचलून तो सुसाट बाहेर धावला.

चॉकलेट असा धिप्पाड कसा झाला. दर्शनलाही कोडे वाटले. काळजी वाटून तो गल्लीतल्या प्राण्यांच्या डॉक्टरकडे- डॉ. क्षीरसागरांकडे पुन्हा नेहमीसारखा झालेल्या चॉकलेटला घेऊन गेला. घडलेला प्रसंग ऐकून डॉ. फार खूश झाले. “अरे, माझा प्रयोग यशस्वी झाला. मीच त्याला इंजेक्शन दिलंय. मी खास तयार केलंय संशोधन करून. रागावला की मोठा होईल तो.”

"नको डॉक्टरकाका, त्याला पूर्वीसारखा करा. मलाही शाळेच्या प्रयोगशाळेत खूप मजा येते. चॉकलेटसाठी उतारा म्हणून दुसरे इंजेक्शन तयार करा ना. मीही मदतनीस म्हणून काम करेन." चॉकलेट मोठे होण्याचा एक उपयोग मात्र झाला होता. दर्शनला पाहिले की हल्ली अमित घाबरून दूर जायचा.

डॉ. क्षीरसागरांनी चॉकलेटमधला होणारा बदल नाहीसा करण्यासाठी एक रसायन बनविले. ते इंजेक्शन चॉकलेटला दिले आणि ते म्हणाले, "आता खूश ना दर्शन तू? तुझा चॉकलेट पूर्वीसारखा झाला आणि माझा प्रयोग यशस्वी झाला म्हणून मीही खूश. चल, आइसक्रीम खायला जाऊ या."

"डॉक्टरकाका, अहो, पण तुमच्या दुसऱ्या इंजेक्शनमुळे तो पुन्हा मोठा होणार नाही हे कसं कळणार?"

"हं! पाहू या. आधी आइसक्रीम तर खाऊ." असे म्हणून डॉ. क्षीरसागर, चॉकलेट आणि दर्शन बागेजवळच्या दुकानाकडे निघाले. वाटेत पोलिसाने अडविले,

"काय हो कुत्रा कुणाचाय? पट्टा का नाही घातला त्याला?" पोलिस खेकसला. चॉकलेटला आइसक्रीम फार आवडे. ही काय कटकट. तो रागावला. भला थोरला झालेला चॉकलेट पोलिसासमोर उभा राहून म्हणाला, "कोण बांधणार आहे मला. तुम्ही?" पोलिसाची बोबडी वळलीच, पण दर्शनही चक्रावला आणि किंचाळला. "डॉक्टरकाका, अहो, हा तर आता बोलायलाही लागला." डॉक्टरकाकाही 'अऽरेऽऽ खरंच की' म्हणून आणखी खूश झाले.

प्रत्येकात एक प्रेमळ आणि दुसरी उग्र प्रवृत्ती असते. कधी कुठली प्रवृत्ती व्यवहारात आणायची, याचा विचार मात्र जरूर हवा.

संकल्प : मी वागताना समतोलपणे वागेन.

गुणी गार्गी

जलद तालाची सीडी लावून आरशासमोर उभे राहून नृत्य करण्यात गार्गी दंग होती. आई तिच्याकडच्या किल्लीने घराच्या दाराचे लॅच उघडून कधी आत आली तिला कळलेच नाही. अचानक समोरच्या आरशात तिला त्रस्त आणि संतापी चेहऱ्याने उभी असलेली आई दिसली. नृत्य थांबवून ती मागे वळली. तोपर्यंत आई कडाडली. ''घरात आल्याआल्या काय ही कटकट. धिंगाणा चाललाय. जरा शांतता नाही. तो सीडी प्लेअर बंद कर बघू आधी.'' गार्गीने नाचताना डोक्यावर घेतलेली

ओढणी खुर्चीवर ठेवली. मधाळ स्वरात ती म्हणाली, "आई, सॉरी." तिने सीडी बंद केला.

एवढ्याने आईची चिडचिड थांबली नाही. ती पुन्हा तणतणली, "गार्गी, अभ्यास नसशीलच केला. परीक्षा जवळ आलीय ना? मग अभ्यास करायची इच्छा अजून होत नाही? नाचून आणि गाणी ऐकून परीक्षेत पास होता येत नाही." गार्गी काही बोलली नाही. टेबलाशी जाऊन पेन, पुस्तक उघडून पुढ्यात वही घेऊन अभ्यास करायला लागली. ती म्हणाली, "आई, मी एकदा वाचलं की लक्षात राहतं माझ्या. चांगले मार्क मिळतील मला."

अभ्यास पूर्ण करून गार्गीने आईसाठी कॉफी तयार केली. वाफाळलेला कॉफीचा कप घेऊन ती टेबलाशी टिपणे काढत बसलेल्या आईजवळ आली. तिच्यासमोर तीन-चार ढब्बी पुस्तके होती. हळूच कॉफीचा कप टेबलावर घेऊन तिने आईच्या गळ्यात हात अडकवले. "आई, कॉफी घे. खूप थकलेली दिसतेस. ऑफिसमध्ये

आज काही घडलं का गं? रोजच्यासारखी आनंदात नाहीस तू. चल, आपण पार्कमध्ये जाऊ या आणि आइसक्रीम खाऊ या.'' उत्साहाने गार्गी म्हणाली. आईने समोरचे काम बाजूला सारले. आपल्या गुणी लेकीची माया आणि समजूतदारपणा पाहून तिचे हृदय भरून आले. ती उठली. केस सारखे करून तिने साडी नीट केली. पायात चपला सरकवल्या. गार्गीचा हात हातात धरून ती म्हणाली, ''चल राणी, छान कल्पना आहे तुझी आइसक्रीम खाण्याची.'' हातात हात घालून त्या मायलेकी बागेकडे निघाल्या.

आई-वडिलांनाही त्यांच्या अडचणी असतात. ऑफिसमध्ये काही घडते आणि आईच्या मनावर ताण येतो. बाबांना आर्थिक विवंचना असते. व्यवसायातल्या अडचणी असतात. कधी त्यांच्यात एकमेकांत तणाव निर्माण होतात. तुम्हाला परीक्षेचा ताण, मित्र-मैत्रिणींशी झालेली भांडणे अशा समस्या असतात. त्यातून एकमेकांशी विसंवाद होतो. शब्दाने शब्द वाढतो. तुम्ही आई-बाबांच्या अडचणी, समस्या यात कधी रस घेता का? त्यांच्या सुख-दुःखाचा विचार करता का? करा आणि पाहा किती फरक पडतो तुमच्या संबंधात!

संकल्प : आई-वडिलांनी मला समजून घेण्याआधी मी त्यांना समजून घेईन.

जांभळाचे म्हातारे झाड

बबनचा गावात छोटा मळा होता. मळ्यात विहीर होती. विहिरीला इंजिन होते. बबन कष्ट करायचा. मळ्यात राबायचा. आपला हिरवागार मळा पाहून खूश व्हायचा. मळ्यात विहिरीपाशी जांभळाचे भले मोठे झाड होते. बरीच वर्षे वाट पाहून बबन कंटाळून गेला होता. जांभळाला कधीच फळे लागली नाहीत. जांभळाच्या त्या मोठ्या झाडावर पक्षी बसून मंजूळ आवाजात गायचे. पावसाळ्याच्या आधी पानांनी भरलेल्या त्याच्या फांद्यांवर घरटे बघून त्यात त्यांची पिले मोठी व्हायची. जांभळांवर खारी ये-जा करायच्या. त्याच्या खोडावर बरेचसे कीटक वस्ती करून होते. काळ्या मुंग्यांची रांग आनंदाने झाडाच्या बुंध्यावर पळापळ करत राहायची. झाडाच्या तळाशी त्याच्या मुळांपाशी उंदीर बीळ करून राहत होते. छोटे-छोटे लांबडे, छोटे किडे, सुरवंट, अळ्या त्याच्या बुंध्याशी राहायच्या.

‘या झाडाचा काही उपयोग नाही. कधी एक जांभूळ आलं नाही याला. काय उपयोग आहे त्याचा,’ असा विचार करून बबनने झाड तोडायचे ठरविले. दुसऱ्या दिवशी सकाळी तो कुऱ्हाडीला धार लावून आला आणि झाडावर घाव घालायला लागला. पक्ष्यांनी, नाकतोड्यांनी, सुरवंटांनी, मुंग्यांनी, उंदरांनी, अळ्यांनी, किड्यांनी जेव्हा बबनला झाड तोडताना पाहिले तेव्हा ते सगळे काकुळतीने म्हणाले,

“झाड तोडलेस, तर आम्हाला निवारा उरणार नाही.”

“आम्ही गाऊन सगळे वातावरण प्रसन्न करतो, असा अन्याय आमच्यावर करू नको.” पक्षी म्हणाले.

“आम्ही तुझे मित्र आहोत. आमचा निवारा तोडू नकोस.” सगळेच म्हणाले.

बबनवर काही परिणाम झाला नाही. त्याने झाड तोडणे चालू ठेवले. आवाजाने

झाडावरच्या पोळ्याच्या मधमाश्या त्रासल्या आणि उडाल्या. त्या मधमाश्या पाहून बबनच्या लक्षात आले की, झाडावर मधाचे पोळे आहे. तो मनाशी म्हणाला, ‘म्हातारे झाले असले तरी याचा उपयोग आहे. मध मिळेल. असू दे हे झाड मग शेतात.’

कुठलीच गोष्ट पूर्णपणे टाकाऊ नसते. तिचा काही ना काही उपयोग आपल्याला होतो. पूर्ण विचार केल्याशिवाय आणि सगळ्या शक्यता पाहिल्याशिवाय कशालाही निरुपयोगी समजू नये.

संकल्प : एखादी गोष्ट निरुपयोगी ठरविण्याआधी मी इतर शक्यता विचारात घेईन.

मारियाचा रेशीम किडा

तेरा वर्षांच्या मारियाने एक रेशीम किडा पाळला होता. त्या किड्याच्या रूपांतराची चित्रे रेखाटायला तिने सुरुवात केली. अळी, सुरवंट, कोश आणि रेशीम किडा अशा साऱ्या अवस्था तिने चित्रित केल्या. ही सगळी चित्रे तिने जलरंगात रंगविली होती. आश्चर्य म्हणजे या तेरा वर्षांच्या लहान पोरीने ज्या झाडावर रेशीम

किडा वाढतो त्या झाडाच्या पानाफुलांची, फळांचीही रेखाटने केली आणि त्याविषयी जी जी माहिती मिळाली ती सविस्तर लिहून ठेवली.

तेराव्या वर्षांपासून मारियाने कीटक गोळा करायला सुरुवात केली. या कीटकांचे रूप, त्यांची वाढ, खाद्य, रूपांतराच्या अवस्थांविषयी विस्तृत माहिती टिपून ठेवायला तिने सुरुवात केली. त्यांची प्रमाणबद्ध चित्रे रेखाटली. छोट्या कीटकांपासून सुरुवात करून मुंगोरा, बेडूक, सरडे, साप अशा तिला पकडता येणाऱ्या प्राण्यांचाही तिने अभ्यास केला. अठराव्या वर्षी मारियाने लग्न केले. पण चित्रकलेचे शिक्षण घेतलेल्या

नवऱ्याची चित्रकला म्हणावी तशी वाढली नाही. त्यामुळे नवरा आणि दोन मुलींची जबाबदारीही तिच्यावरच आली. पैसे कमविण्यासाठी तिने भरतकाम, चित्रकलेसाठी मार्गदर्शन करणारी पानाफुलांचे चित्रण असलेली पुस्तके प्रसिद्ध केली. पण तिला ध्यास होता तो कीटक व प्राण्यांच्या अभ्यासाचा! युरोपियन सुरवंटांच्या आपल्या अभ्यासाचे पहिले पुस्तक तिच्या वयाच्या छत्तिसाव्या वर्षी प्रसिद्ध झाले. त्यात अंड्यापासून पूर्ण फुलपाखरू होईपर्यंतच्या सगळ्या अवस्था चित्रबद्ध केल्या आहेत. पर्यावरणातल्या बदलांचा कीटकांच्या जीवनावर काय परिणाम होतो याच्या नोंदीही तिने केल्या आहेत. वयाच्या तेरा वर्षांपासून घेतलेला ध्यास आणि स्वप्न तिने आयुष्यभर जोपासले. दक्षिण अमेरिकेच्या जंगलात तिने काम केले. तेथून

ॲमस्टरडॅमला परतताना दोन मोठे ग्रंथ होऊ शकतील एवढे कीटक आणि सरडे सुरिनामच्या सदाहरित जंगलामधून तिने बरोबर आणले होते.

आपल्या 'मेटामॉर्फोसिस' या त्या काळच्या सगळ्यात मोठ्या ग्रंथाच्या छपाईचा खर्च भागविण्यासाठी इतर अनेक पुस्तकांना चित्रे काढण्याचे काम तिने दिले. कीटकांवरचे अनेक ग्रंथ निसर्गशास्त्राची अभ्यासक आणि निसर्गप्रेमी मारिया सिबिला मेरिअन या जर्मन संशोधिकेने लिहिले आणि पुढच्या संशोधकांसाठी एक नवी वाट १७ व्या शतकात निर्माण केली.

लहान वयातच आपण आपल्या आवडीचे क्षेत्र निश्चित केले आणि आयुष्यभर त्यात काम केले तर आपल्या हातून निश्चितच खूप मोलाचे आणि अवघ्या मानवजातीला मार्गदर्शक असे काम होऊ शकते.

संकल्प : माझ्या आवडीचे क्षेत्र मी शोधेन.

मेंढ्याचा प्रणाम

भिक्षा मागणारा एक भिक्षू स्वत:च्या ज्ञानाचा विचार करीत चालला होता. खूप काळ त्याने गुरूकडे अध्ययन केले होते. स्वत:च्या विद्वत्तेवर खूश असणाऱ्या भिक्षूला वाटेत मेंढ्यांची टक्कर पाहणारा घोळका दिसला. भिक्षूला मेंढ्याने पाहिले. त्याची वेगळ्या भडक रंगाची वस्त्रे पाहिली आणि टक्कर घेण्याचा पवित्रा घेतला. मेंढा एक पाऊल मागे झाला आणि टक्कर मारण्यापूर्वी त्याने शरीराची कमान केली. भिक्षूला फार संतोष झाला. मी किती पवित्र आणि महान आहे, हे सारे जग जाणतेय. सारे माझ्यासमोर आदराने झुकतात. मला प्रणाम करतात. माणसे मला प्रणाम करतात. आदर करतातच; पशुपक्षीसुद्धा करतात. हा मेंढाच पाहा ना! आदराने माझ्यासमोर केवढा झुकला आहे.

मेंढ्याचा पवित्रा पाहून घोळक्यातला एक जण मोठ्याने ओरडला, ''भिक्षू महाराज, सांभाळा. हा मेंढा आपल्याला धडक द्यायच्या पवित्र्यात दिसतो आहे.''

भिक्षूला वाटले, किती वेडा आहे हा माणूस. माझ्या मोठेपणामुळे हा प्राणी झुकलाय हे बापड्याच्या मुळीच लक्षात येत नाही. तेवढ्यात मेंढ्याने धडक मारली. भिक्षू कोलमडला मातीत पडला. मेंढा बाजूला जाऊन डोळे वटारून उभा राहिला. वेदनांनी विव्हळणाऱ्या भिक्षूला लोकांनी वैद्याकडे नेले. मलमपट्टी झाली. योग्य देखभाल झाली.

हळूहळू भिक्षू बरा झाला. झाल्या घटनेवर विचार करायला त्याला बराच वेळ मिळाला. आपल्या ज्ञानाचा, बुद्धीचा गर्व आपल्याला झाला. डोळ्यांपुढे अज्ञानाचा पडदाच निर्माण झाला. त्यामुळे आपण आपला घात करून घेतला हे सत्य त्याला

समजले. त्याने विचार केला की, आपण अजून पूर्ण ज्ञानी झालो नाही, हेच आपल्याला मेंढ्याने सांगितले.

मी गुणी, मी कौतुकाचा, मी थोर, असा स्वत:चा जयजयकार सतत मनात जर चालू राहिला तर त्यातून स्वत:लाच दु:ख आणि शोक निर्माण होतो. कितीही गुण स्वत:जवळ असले तरी नेहमी नम्र असावे. गर्व कशासाठी करायचा? महापूर येतो तेव्हा गर्वाने ताठ वृक्ष कोसळून वाहून जातात. पण नम्रपणे पुरासमोर वाकणारे गवत मात्र आहे तिथेच राहते.

संकल्प : मी स्वत:बद्दल अवास्तव कल्पना बाळगणार नाही.

शैलेशची मुलाखत

नुकतीच पदवी परीक्षा उत्तीर्ण झालेल्या शैलेशने दोन ठिकाणी नोकरीसाठी अर्ज केले होते. त्याला खात्री होती की, दोन्ही ठिकाणी आपण मुलाखतीत उत्तीर्ण होऊन निवडले जाऊ. आपण उत्तम मार्क मिळविले आहेत. सचोटी, इमानदारी, कष्ट करण्याची वृत्ती आणि बुद्धिमत्ता या सगळ्या गोष्टी आपल्याजवळ आहेत. मग आपण कसे फेटाळले जाऊ?

एका नोकरीच्या मुलाखतीचा निकाल जाहीर झाला. शैलेशला उत्तम पगारावर नोकरी मिळाली. दुसऱ्या मुलाखतीचा निकाल पाहून मात्र त्याला धक्का बसला. त्याची निवड झाली नव्हती. त्याला अपात्र ठरविले गेले होते. शैलेश अस्वस्थ झाला. मुलाखतीला आपण कोणता पोशाख घातला होता, आत चालत कसे गेलो, नमस्कार

कसा केला, त्यांनी सांगितल्यावर बसलो का आधीच बसलो, ते त्याने आठवून पाहिले. त्यात काय बदल करायला हवा त्याचा विचार केला. सगळे प्रश्न आठवून त्यांची उत्तरे तपासून पाहिली. सामान्यज्ञानाची पुस्तके अभ्यासली.

काही दिवसांनी त्या कंपनीची जाहिरात दिसल्यावर शैलेशने पुन्हा अर्ज केला. मुलाखतीला गेल्यावर समोर पाहतो तो तेच लोक पुन्हा मुलाखत घेण्यासाठी होते. त्यांपैकी एकाने शैलेशला विचारले, ''अरे तरुण माणसा, तू यापूर्वी मुलाखतीला आला होतास ना? मला चांगलं आठवतंय, तुला मुलाखतीच्या वेळी मी प्रश्न विचारले होते.'' शैलेश नम्रपणे म्हणाला, ''होय सर. मी यापूर्वी इथे मुलाखतीसाठी आलो होतो. आपली आठवण बरोबर आहे. पण त्या वेळी मला निवडले गेले नाही. मी यापूर्वी का निवडलो गेलो नाही याचा विचार मी केला आहे. त्यात सुधारणा करून

अधिक चांगल्या प्रकारे तयारी करून मी आत्मविश्वासाने आलो आहे. आपण माझी मुलाखत घ्यावी अशी विनंती आहे.'' मुलाखत झाली. ''तुला निकाल कळविला जाईल.'' असे शैलेशला मुलाखत घेणाऱ्यांपैकी एकाने सांगितले. शैलेश म्हणाला, ''सर, निकालात जर मला निवडले गेले नाही तर मी पुन्हा अर्ज करेन. माझी निवड होईपर्यंत मी प्रयत्न करीत राहीन. स्वत:मध्ये अधिकाधिक सुधारणा करून परत येत राहीन.''

शैलेशला निवडले गेले. तो येऊन अधिकाऱ्यांना भेटला. त्यांचे आभार मानून अदबीने तो म्हणाला, ''आपण माझी निवड केलीत याबद्दल धन्यवाद! मला उत्तम नोकरी आहे. मी इथे काम करू शकणार नाही. पण सर, अपयश स्वीकारणे मला

पटत नाही म्हणून मी पुन्हा मुलाखतीस आलो. माझी योग्यता माझ्या नजरेत मला सिद्ध करायची होती. स्वत:साठीच!''

आयुष्यात कधी हार मानायची नसते. पुन:पुन्हा प्रयत्न केल्यास आपण आपल्याच नजरेत स्वत:ची प्रतिमा उंचावू शकतो.

संकल्प : मी नेहमीच प्रयत्नशील राहीन.

शिंपी पक्ष्याचे घरटे

तो अगदी छोटुकला, आपल्या मुठीएवढा लहान पक्षी होता. एका घराच्या बागेतल्या जास्वंदीच्या झुडपावर त्याने घरटे बांधले. झाडावरचीच दोन चांगली टवटवीत टपोरी हिरवीगार पाने निवडून त्याने ती मोठ्या कलात्मकपणे एकमेकांना शिवली. मध्ये पोकळ जागा ठेवली. त्या जागेत गवताच्या काड्या, कापूस, कापडाचे तुकडे आणून मऊशार गादी केली. त्याने बराच काळ काम केले. घरटे पूर्ण झाले. छोटा पक्षी आपल्या घरट्यावर फार खूश झाला. आपले शिलाईकाम पाहून त्याला समाधान वाटले. त्याच्या शिवणकामामुळेच त्याला शिंपी पक्षी नाव पडले होते.

शिंपी पक्षी मनाशी म्हणाला, ‘आता या घरात एके दिवशी अंड्यातून माझी बाळे बाहेर येतील. चिवचिवाट करतील. मी आणि त्यांची आई त्यांच्यासाठी चारा आणू. त्यांच्यासाठी गाणी गाऊ. हळूहळू माझी बाळे मोठी होतील. मी त्यांना उडायला शिकवेन. दाणेदुणे टिपायला शिकवेन. अळ्या-किडे कशा फस्त करायच्या ते दाखवेन. शिंपी पक्षी मनोराज्य करत होता. घरातली मुले अंगणात खेळत असताना एकाचे लक्ष त्या सुंदर शिवलेल्या घरट्याकडे गेले. चौघे घरट्याभोवती गोळा झाले. घरटे फार उंच नव्हते. मांजराला उडी मारून बाळांवर झडप घालता येणार नाही, एवढ्याच उंचीवर शिंपी पक्ष्याने ते बांधले होते. शाळेतली मुले कधी त्याला हात लावतील याचा विचार त्याने बापड्याने केला नव्हता. मुलांना ते सुंदर विणलेले घरटे फारच आवडले. त्यांनी जास्वंदीच्या झुडपावरून ते घरटे काढले आणि स्वतःच्या

संग्रही ठेवले. शिंपी पक्ष्याने शेजारच्या शेवग्याच्या झाडावर बसून मुले आपले घरटे काढून नेताना पाहिले. त्याला फार वाईट वाटले. तो केविलवाणेपणे ओरडत राहिला. शेवटी ओरडून ओरडून थकला. त्याला सगळ्या जगाचा संताप आला होता. एकीकडे त्याला फार निराश वाटत होते. ओरडून घसा सुकला. इवला पक्षी थकून गेला. जमिनीकडे नजर लावून हताशपणे पाहत राहिला. त्याला वाटले, आपली सगळी स्वप्ने त्या घरट्याबरोबरच मुलांनी काढून नेली आहेत. बाळांचा चिवचिवाट आपल्या कानावर या हंगामात पडणार नाही. आपल्या पक्षिणीबरोबर बाळांना मोठे होताना आपण पाहू शकणार नाही. अरेरे. असे दु:ख करत असताना शिंपी पक्ष्याची

नजर जमिनीवर पडलेल्या गवताच्या काडीकडे गेली. तो एकटक कितीतरी वेळ काडीकडे पाहत राहिला. मग त्याने काडीकडे झेप घेतली. काडी तोंडात धरून त्याने दुसरे जरा उंचावरले झुडूप शोधले. चिमुकला शिंपी पक्षी नव्या उमेदीने, जिद्दीने आणि उत्साहाने पुन्हा घरटे शिवू लागला.

संकटे टाळता येत नाहीत. ती येतातच. पण त्यांच्यामुळे आपण खचून न जाता नव्या उत्साहाने पुन्हा धडपडून उभे राहायचे असते. तरच आपण जीवनात यशस्वी होतो.

संकल्प : मी संकटांना धैर्याने सामोरे जाईन.

वाळूचा किल्ला

वाळूचा प्रचंड मोठा किल्ला तयार झाला. हसन आणि अमन दोघेही थकून वाळूत उताणे झाले. सकाळपासून त्यांची निर्मिती सुरू होती. किल्ला झाला आणि दोघांनाही भुकेची जाणीव झाली. दुपारही होऊन गेली होती. उन्हे तापली होती. त्याचे चटके आता जाणवायला लागले. स्वतःच्या कलेकडे दोघे समाधानाने पाहत होते. वाळू चकाकत होती. लाटा किनाऱ्यावर येऊन फुटत होत्या. अमनला वाटले, आज सकाळपासून आतापर्यंत आपण हसनशी किती बोललो असू, कारण शब्दांवाचूनच एकमेकांची इच्छा त्यांना कळत होती. हात काम करीत होते. बादली, खोरे एवढेच साहित्य मदतीला होते. किल्ला तयार होत होता. त्याबरोबर दोघांमध्ये एक वेगळीच जवळीक, समज आकार घेत होती.

अमनला वाटले, आज आपण हसनभैय्याच्या जेवढे जवळ मनाने आणि हृदयाने आलो तेवढे कधीच आलो नव्हतो एका घरात राहून. बरे झाले, आज सकाळीच उठून त्याच्या मोटारबाइकवरून समुद्रकिनारी आलो. हसन शिक्षणासाठी परदेशात निघाला होता. अम्मी आणि अब्बू दोघे त्याच्या प्रवासाच्या तयारीच्या गडबडीत होते. अमनला वाटले, जायच्या आधी एक संपूर्ण दिवस हसनबरोबर घालवू या. पुन्हा लवकर भेट होणार नाही. घराची सुरक्षितता, ऊब सोडून तो मोठ्या, खऱ्याखुऱ्या जगात निघालाय. तेथे त्यालाच सगळ्याला तोंड द्यायचे आहे. अगदी एकट्याने! आणि मी मात्र आता इथे माझ्या स्वप्नांना कुरवाळत एकटाच शाळेत जाईन. अम्मी-अब्बू आता जरा थकले आहेत. त्यांचीही काळजी मला एकट्यालाच घ्यावी लागेल. अमनने हसनचा हात हातात घेतला. तो हलक्या आवाजात म्हणाला,

“भाई, तू परत येशील तेव्हा सगळे असेच असेल ना रे? यापूर्वी इतक्या काळासाठी तू घर सोडून कधीच गेला नव्हतास. आता येशील तेव्हा घरी सगळं कसं असेल?”

हसन गप्प राहिला. समुद्राच्या लाटा उंच होत चालल्या होत्या. रोरावत त्या किनाऱ्यावर येऊन फुटत होत्या. शुभ्र फेस पसरत होता. लाटा हळूहळू त्यांनी स्वत:साठी उभारलेल्या वाळूच्या किल्ल्याकडे येत होत्या. पाणी किल्ल्यापर्यंत येत होते. हळूहळू किल्ला भोवतीच्या वाळूत एकरूप होऊ लागला. त्याच्याकडे पाहत हसन हलकेच म्हणाला,

"आहे तसं काहीच कायम राहत नाही अमन. बदल होतातच."

वस्तू गोळा करून तो उठला. अमनचा हात धरून घराकडे निघाला. वाळूत उठणारी त्यांची पावले पाण्याने पुसून जात राहिली.

कुठलीही गोष्ट कायम राहत नाही. निसर्गात आणि जीवनात बदल घडतातच. ते आपण आनंदाने स्वीकारायला शिकले पाहिजे.

संकल्प : मी बदल स्वीकारेन.

वानरांची मदत

खूप मोठे उद्यान होते. त्याचा माळीही हुशार होता. आईची, झुडपांची, गवताची, फुलांची खूप काळजी घ्यायचा. खतपाणी घालणे, खुरपणी करणे, सारे कसे वेळच्यावेळी आणि प्रेमाने करायचा. नगरापासून जरा दूर असणाऱ्या डोंगरावर देवीची जत्रा होती. सारे जण जत्रेला जायची तयारी करत होते. माळीबुवालाही जत्रेला जाऊन

देवीचे दर्शन घ्यायची फार इच्छा होती. पण एका दिवसात थोडेच जाऊन परत येता येणार होते? परत येईपर्यंत उद्यानाची निगा कोण राखणार? त्याच्या मनात आले, मी जर गेलो तर हे सुंदर, टवटवीत उद्यान सुकून जाईल. काय बरे करावे? माळीबुवा डोक्याला हात लावून बसला. उद्यानात नेहमी बागडणारी वानरांची टोळी त्याच्या नजरेस पडली. तसा त्याचा चेहरा आनंदाने उजळला. त्याची काळजी दूर झाली.

टोळीच्या प्रमुख वानराला माळी म्हणाला, ''मित्रा, तू तुझ्या टोळीसह या उद्यानात हिंडतोस. इथली फळं खातोस. हे उद्यान तुम्हाला निवारा देतं.'' टोळीप्रमुख म्हणाला, ''खरं आहे तुझं म्हणणं.''

माळीबुवा म्हणाला, ‘‘मला देवीच्या दर्शनाला जत्रेला जायचं आहे. मी जाऊन परत येईपर्यंत लहान झाडांना आणि रोपांना तुम्ही पाणी द्याल का? पाणी मिळालं नाही तर उन्हाच्या तडाख्याने ती कोमेजून जातील.’’

टोळीच्या प्रमुख हुप्प्याने पाणी घालायचे मान्य केले. माळीबुवा चिंतामुक्त झाला आणि आनंदाने जत्रेला निघून गेला. सगळ्या वानरांना एकत्र करून त्यांचा टोळीप्रमुख म्हणाला, ‘‘गड्यांनो, माळीबुवांनी मोठी जबाबदारी सोपवलीय. लहान

झाडं जगवायची आहेत. त्यांना पाणी घालायचं आहे. उगीच पाणी वाया घालवू नका. आहे ते पाणी संपलं तर कुठून आणणार?''

वानरे म्हणाली, ''त्यासाठी काय करायचं?''

टोळीप्रमुख म्हणाला, ''प्रत्येक रोप उपटून पाहा. ज्यांची मुळं खोल गेलेली असतील त्या झाडांना जास्त पाणी द्या. ज्या झाडांची मुळं छोटी असतील त्यांना थोडं पाणी घातलंत तरी पुरेसं होईल.''

टोळीप्रमुखाच्या हुकमाप्रमाणे वानरांनी सगळी लहान झाडे आणि रोपे उपटून पाहून पाणी घातले.

माळीबुवा जत्रेवरून परत आला. पाहतो तो उद्यानातील अनेक झुडपे, रोपे उपटलेली होती आणि उन्हाने कोमेजून गेली होती.

प्रयत्न करावे, पण डोळसपणे आणि शहाणपणाने. अज्ञानाने केलेले प्रयत्न चांगल्या हेतूने केलेले असले तरी त्यांना यश येत नाही.

संकल्प : मी प्रयत्न करण्याआधी ते योग्य रीतीने आहेत का याचा विचार करीन.